CẨM NANG
PHÓNG SINH

CẨM NANG PHÓNG SINH

NGUYỄN MINH TIẾN
soạn dịch và chú giải

NGUYỄN MINH TIẾN
Soạn dịch và chú giải

CẨM NANG
PHÓNG SINH

- CÁC BÀI VĂN HAY VỀ GIỚI SÁT PHÓNG SINH
- NGHI THỨC PHÓNG SINH ĐẦY ĐỦ VÀ TIỆN DỤNG

UNITED BUDDHIST PUBLISHER
NHÀ XUẤT BẢN LIÊN PHẬT HỘI

Lời nói đầu

Hiện nay, việc thực hành phóng sinh được rất nhiều Phật tử quan tâm. Nhưng trong khi thực hành, nhiều người cũng đã gặp không ít trở ngại. Một phần là từ những biện luận phản bác của người khác, xuất phát từ những sai lầm có thật của một số người khi phóng sinh. Một phần khó khăn nữa là do nhận thức chưa đầy đủ về ý nghĩa phóng sinh, khiến người thực hành đôi khi không khỏi tự mình băn khoăn thối chí. Cuối cùng, trở ngại thường gặp nhất vẫn là cách thức hay nghi thức cụ thể để thực hành một cuộc phóng sinh ở nhiều nơi thường khác biệt nhau - đôi khi có phần không hợp lý - khiến người Phật tử rất khó vững tâm làm theo.

Dựa vào lời dạy của các bậc cao tăng danh sĩ như Đại sư Liên Trì, Đại sư Ấn Quang, Từ Vân Sám chủ Tuân Thức, Cư sĩ Tăng Đại Kỳ... chúng tôi biên soạn bản Cẩm nang phóng sinh này với nội dung đầy đủ và tiện dụng, hy vọng có thể giúp ích, tạo sự dễ dàng và củng cố quyết tâm cho những người thực hành phóng sinh.

Mặc dù đã hết sức cẩn trọng khi thực hiện công việc, nhưng sai sót có thể là điều khó tránh. Chúng tôi mong nhận được sự chỉ dạy từ quý độc giả gần xa để những lần tái bản sẽ được hoàn thiện hơn.

NGUYỄN MINH TIẾN

Tiểu sử Đại sư Liên Trì

Đại sư Liên Trì là một cao tăng đời Minh, sinh năm 1532 và viên tịch vào năm 1612. Ngài tên húy là Chu Hoành, tên tự là Phật Tuệ, pháp hiệu Liên Trì, khai sáng và trụ trì chùa Vân Thê ở núi Vân Thê thuộc Hàng Châu.

Ngài sinh trong gia đình thế gia vọng tộc, từ nhỏ đã thông minh xuất chúng, năm 17 tuổi thi đỗ, văn chương nổi tiếng khắp trong vùng. Gần nhà có một bà lão suốt ngày chuyên tâm niệm Phật, ngài theo hỏi nguyên do, bà đáp: "Chồng tôi trước đây niệm Phật, lúc lâm chung được tự tại vãng sinh, nên tôi biết công đức của việc niệm Phật không thể suy lường." Ngài nghe qua hết sức cảm động, từ đó có ý nương theo Tịnh độ, liền viết mấy chữ "Sống chết là việc lớn" treo nơi bàn viết để tự nhắc nhở mình.

Năm ngài 27 tuổi thì mất cha, năm 32 tuổi mất mẹ, liền quyết chí xuất gia tu hành, nói với người vợ rằng: "Chuyện ân ái thoáng qua không thường còn, việc sống chết không ai thay thế được cho ai, nay tôi quyết lòng xuất gia, bà phải tự bảo trọng." Người vợ rơi lệ nói: "Ông đi trước một bước, tôi tự biết tính toán." Đại sư liền đến cầu xuất gia với Hòa thượng Tính Thiên ở Tây Sơn, người vợ sau đó cũng xuống tóc xuất gia.

Đại sư sau khi thọ giới Cụ túc thì đi khắp nơi tham học Phật pháp. Năm 1571, ngài đến Hàng Châu thấy núi Vân Thê cảnh trí hùng vĩ, nhưng có con hổ dữ thường làm hại dân làng. Ngài khởi tâm từ bi liền vào núi tác pháp Du-già Diệm khẩu thí thực, từ đó về sau, con hổ không bao giờ còn hại người nữa. Năm ấy hạn hán, dân làng khốn khổ, khẩn thỉnh ngài cầu mưa. Ngài chống tích trượng đi quanh ruộng niệm Phật, trời liền đổ cơn mưa lớn. Từ đó dân làng kính tin, cùng nhau góp sức dựng chùa Vân Thê thỉnh ngài trụ trì.

Đại sư đạo cao đức trọng, một đời hóa độ không biết bao nhiêu người hữu duyên, trước tác để lại rất nhiều, như: A-di-đà kinh sớ sao (4 quyển), Vãng sanh tập (3 quyển), Tịnh độ nghi biện (1 quyển), Thiền quan sách tấn (2 quyển), Phạm võng kinh giới sớ phát ẩn (5 quyển), Lăng-già kinh mô tượng ký (1 quyển), Truy môn sùng hạnh lục (1 quyển), Sơn phùng tạp lục (3 quyển), Trúc song tùy bút (2 quyển)... Toàn tập của ngài gọi là "Vân thê pháp vị", tính tổng cộng là 32 quyển. Trong đó lưu hành rộng rãi nhất là các tác phẩm A-di-đà kinh sớ sao, Trúc song tùy bút, Vãng sanh tập, Tịnh độ nghi biện, Giới sát phóng sinh văn...

Bài văn Giới sát phóng sinh của ngài là một trong những kiệt tác được muôn đời ngợi khen vì văn chương diễm lệ, ý hướng sâu xa cảm động lòng người, chỗ biện giải lại rõ ràng minh bạch, lập luận sắc bén khiến người tin phục. Chính vì vậy, nhắc đến việc khuyên người giới sát phóng sinh thì xưa nay đều thừa nhận bài văn này là tác phẩm có tác động sâu rộng nhất.

Lời tựa văn Giới sát phóng sinh

Đại sư Liên Trì thuở thiếu thời đã tinh thông lục nghệ,[1] văn chương lưu truyền nổi tiếng khắp gần xa. Ngài khổ công nghiên cứu sâu xa giáo pháp cả Ba thừa,[2] nắm được tông chỉ, đạt được chứng ngộ, siêu việt thường tình. Ngài dũng mãnh khoác áo giáp tinh tấn, sáng suốt nắm giữ bảo châu trí tuệ, hết sức xót thương những người còn mê muội nên đối với Giới luật lại đặc biệt lưu tâm răn nhắc nhiều nhất về giới không giết hại.

Hết thảy muôn loài mang máu huyết thần khí đều có tri giác cảm nhận, hết thảy những sinh vật động đậy bay nhảy đều cùng chung một thể tánh với ta. Để làm đầy bụng mình, có lẽ nào lại nên giết hại muôn vật? Trời cao sẵn đức hiếu sinh, thể theo đó nên dẫn dắt người còn lạc lối.

Ôi, tấm lòng trắc ẩn thì người người đều có, mà cái thảm cảnh cắt xẻ nấu nướng lại xảy ra rõ ràng ở khắp mọi nơi. Giam nhốt giết mổ muôn loài, xưa nay người ta vẫn luôn xem

---

[1] Có 2 cách hiểu về lục nghệ. Một là chỉ sáu môn kiến thức được thời cổ đại xem là phổ thông, bao gồm: lễ (nghi lễ), nhạc (âm nhạc), xạ (bắn cung), ngự (đánh xe), thư (văn chương chữ nghĩa) và số (toán pháp). Tuy nhiên, do ý câu tiếp theo nên chúng tôi nghiêng về cách hiểu thứ hai, cũng gọi là Lục kinh, chỉ sáu bộ sách mang tính giáo khoa cổ điển của Nho gia, bao gồm: Kinh Thi, Kinh Thư, Kinh Lễ, Kinh Nhạc, Kinh Dịch và Kinh Xuân Thu.

[2] Ba thừa: bao gồm Tiểu thừa (hay Thanh văn thừa), Trung thừa (hay Duyên giác thừa) và Đại thừa (hay Bồ Tát thừa).

như chuyện thường tình, vần xoay giết hại vật loại, xem ra ta có khác chi loài cầm thú? Ong châm muỗi đốt còn sinh bực dọc, sao nỡ cắt xẻ băm vằm muôn vật chẳng đoái thương? Phân thây xẻ thịt muôn loài rồi cho vào miệng làm no bụng, thử tỉnh tâm xét lại xem đức nhân của mình nằm ở chỗ nào? Thử nghĩ đến quả báo ngày sau, oán cừu đối mặt làm sao chối chạy? Một khi đã trôi dạt vào vòng xoáy mạnh được yếu thua, xoay vòng ăn nuốt lẫn nhau, ắt phải đi mãi theo đường vay trả, trả vay mà đắm chìm vĩnh viễn trong luân hồi sinh tử.

Vì thế, đức Như Lai đã thắp lên ngọn đuốc trí tuệ rực sáng giữa chốn trùng trùng u tối, cứu chúng sinh khổ đau thoát khỏi tám nạn, dạy người chấm dứt nhân giết hại, ắt không còn bị trói buộc vào nghiệp quả xấu ác. Thời nay giáo pháp ngày càng suy mạt, người ta đã từ lâu mê mờ quên mất lời dạy nhiệm mầu của đức Như Lai. Đại sư Liên Trì một mình quét sạch bùn nhơ năm dục,[1] giảng rõ giềng mối nơi Ba cõi, trong biển âm thanh xướng lên [bài văn này như] con thuyền trí tuệ nguyện lực, cứu giúp người đang đắm chìm trong bể khổ, đưa hết thảy về nơi chân thật nhất như.

Ôi, ý chỉ tốt đẹp thay! Pháp vốn không phân đốn tiệm, chứng nhập rồi đều đạt cảnh giới chẳng phân hai; đạo vốn không chia thánh phàm, quan trọng nhất là đức tin sâu vững. Chỉ cần có thể vâng giữ làm theo giới không giết hại của thầy trao, rồi quán xét thật kỹ xem nguyên nhân khởi lên ý niệm giết hại trong lòng ta là từ đâu đến.

Là từ tâm linh diệu nhận biết này chăng? Hay từ thân

---

[1] Năm dục (ngũ dục): tức sự thích ý hài lòng khi được thỏa mãn năm giác quan, bao gồm mắt ưa thích hình sắc đẹp (sắc dục), tai ưa thích âm thanh êm dịu (thanh dục), mũi ưa thích hương thơm (hương dục), lưỡi ưa thích vị ngon (vị dục) và thân thể ưa thích sự xúc chạm mềm mại (xúc dục). Năm dục là nguyên nhân căn bản nhất đẩy con người lún sâu vào tội lỗi, chỉ vì muốn được thụ hưởng chúng. Vì thế, đạo Phật xem năm dục như bùn nhơ cần phải tránh xa thay vì buông thả phóng túng chạy theo.

thể xương da máu thịt này? Nhưng gốc của tâm vốn là từ bi, do đâu khởi sinh ý niệm tàn độc giết hại? Thân thể xương thịt vốn không có thức rõ biết, sao có thể chứa đủ tham, sân? [Xét rằng khi] tâm rỗng không ắt lời khen tiếng chê đều không biết đến, nên sự ham thích mùi vị đó không do nơi thân xác thịt. Nhưng khi thân thể tịch lặng thì sự yêu thích hay ghét bỏ cũng không thể tự sinh khởi, nên chỗ muốn giết hại lại không thật do nơi tâm.

Cả thân và tâm đều không phải chỗ khởi sinh, vậy trong đó [ý niệm giết hại] từ đâu mà đến? Cho nên biết rằng, cả thân và tâm vốn đều thanh tịnh, chỉ do từ lâu huân tập những điều huyễn hoặc mê vọng mà thành trói buộc. Đạt đến chỗ diệu huyền của bản thể thanh tịnh, ắt việc giữ giới [không giết hại] này chẳng còn do nơi ngoại cảnh; giải trừ được sự trói buộc che lấp của huyễn hoặc mê vọng, ắt lòng đại bi không còn bị ngăn ngại trong tâm. Nhập vào đại định, thành tựu quả Phật, đều do từ chỗ này.

Tôi thuở nhỏ từng được nghe lời dạy của Mạnh tử rằng "Người quân tử tránh xa chốn bếp núc",[1] đó là do lòng từ hết sức thương yêu loài vật, [không muốn nhìn thấy sự giết hại]. Nay lại được đọc thêm bản văn Giới sát này của Đại sư Liên Trì, thật là một ý niệm lợi ích đến cả côn trùng, bảo vệ sự sống cho muôn vật. [Xem qua bản văn này rồi] liền dạy con cháu phải học lấy làm theo, lại mong mỏi có thể gìn giữ rộng truyền ra khắp mọi nơi.

---

[1] Câu này trích từ sách Mạnh tử, chương Lương Huệ Vương thượng, tiết thứ 7. Nguyên văn đoạn này là: 君子之於禽獸也，見其生，不忍見其死；聞其聲，不忍食其肉。是以君子遠庖廚也。- Quân tử chi ư cầm thú dã, kiến kỳ sinh bất nhẫn kiến kỳ tử, văn kỳ thanh bất nhẫn thực kỳ nhục. Thị dĩ quân tử viễn bào trù dã. (Người quân tử đối với cầm thú, đã thấy nó sống thì không nỡ nhìn thấy nó chết, đã nghe tiếng nó kêu [khi bị giết] thì không nỡ ăn thịt nó. Vì vậy nên người quân tử tránh xa chốn bếp núc.)

*Tứ tiến sĩ xuất thân,[1] Quang lộc Đại phu, Thái tử Thái
bảo,[2] Lại bộ Thượng thư,
Vũ Anh Điện Đại học sĩ,
Tri chế cáo quốc sử điển chí tổng tài quán, người trấn Hải
Ngu là Nghiêm Nột soạn[3]*

---

[1] Theo quy chế thi cử áp dụng vào triều Minh, những người đỗ tiến sĩ được phân ra từ cao xuống thấp bao gồm: 1. Hàng Nhất giáp (3 người) bao gồm Trạng nguyên (đệ nhất), Bảng nhãn (đệ nhị), Thám hoa (đệ tam) đều gọi chung là *Tứ tiến sĩ cập đệ*; 2. Hàng Nhị giáp (17 người) gọi là *Tứ tiến sĩ xuất thân*; 3. Hàng Tam giáp (80 người, sau tăng lên đến 130 người) gọi là *Đồng tiến sĩ xuất thân*. Như vậy, vị này đỗ tiến sĩ vào hàng Nhị giáp.

[2] Thái bảo là chức quan phụ trách dạy học trong cung. Thái tử Thái Bảo phụ trách dạy Thái tử học.

[3] Nghiêm Nột, tên tự là Mẫn Khanh, sinh năm 1511, mất năm 1584, người trấn Hải Ngu, huyện Thường Thục, tỉnh Giang Tô, sau khi mất được vua ban tên thụy là Văn Tĩnh. Ông đỗ tiến sĩ năm 1541, triều vua Minh Thế Tông, từng làm quan thăng đến các chức Lễ bộ Tả thị lang, Lễ bộ Hữu thị lang, Lại bộ Thượng thư.

Văn Giới sát phóng sinh

Triều Minh, chùa Vân Thê, đất Cổ Hàng,
Sa-môn Chu Hoành soạn văn và chú thích[1]

1. Văn giới sát

Nhập đề:

Người đời ăn thịt cá, đều cho là chuyện đương nhiên, do đó mà phóng túng ra tay giết hại, tạo nghiệp oán cừu sâu nặng rộng khắp. Cứ thế lâu dần, đời này sang đời khác, tập mãi thành thói quen, đến nỗi tự mình không còn nhận biết đó là sai trái. Quả đúng như lời người xưa từng nói: "Thật đáng cho ta phải đau đớn rơi lệ, than tiếc khôn nguôi!"

Những điểm mê muội cố chấp không hiểu đúng của người đời, có thể lược phân ra bảy điều trình bày dưới đây, còn ngoài ra nữa cũng có thể từ đó suy rộng ra mà biết được.

Giảng rộng:

Muôn loài có tri giác đều đồng một thể tánh, nhưng con người lại ăn thịt muôn loài là điều hết sức quái lạ. Sở dĩ không thấy đó là quái lạ, vì trong gia đình tập quen theo thói ấy đã nhiều đời, lối xóm láng giềng cũng bắt chước theo nhau lâu ngày thành tục lệ. Khi quen làm như thế đã lâu thì không còn biết là sai trái nữa, mà ngược lại cho là đúng

---

[1] Sa-môn Chu Hoành tức là Đại sư Liên Trì. Các chú giải của nguyên tác chính là phần giảng rộng, còn các chú thích cuối trang là của chúng tôi (người Việt dịch).

đắn, hợp lý, làm sao còn có thể thấy đó là việc quái lạ? Nếu ngày nay có kẻ giết người rồi xẻ thịt mà ăn, mọi người ắt đều kinh hãi mà bắt lấy xử ngay tội chết. Vì sao? Đó là vì xưa nay không quen làm như vậy.

Ví như việc giết người không bị nghiêm cấm, mọi người đều làm theo trong nhiều năm, ắt là khắp trong thiên hạ không khỏi đều thấy món thịt người bị đưa vào bếp nấu nướng!

Cho nên mới nói rằng: "Hết thảy người đời đều làm theo nhau mà không biết là sai trái, thật đáng cho ta phải rơi lệ đau đớn, than tiếc khôn nguôi!"

Điều sai lầm thứ nhất: Mừng ngày sinh không nên giết hại

Cha mẹ sinh ra ta vất vả nhọc nhằn biết bao! Ngày ta bắt đầu có được tấm thân này, cũng chính là ngày cha mẹ phải bắt đầu đối mặt với khó khăn, đến gần hơn với cái chết. Cho nên, đây chính là ngày ta nên ăn chay, giữ giới không giết hại, rộng làm các việc lành, cầu cho cha mẹ nếu đã qua đời sớm được siêu thoát, nếu còn hiện tại được phước thọ tăng thêm. Sao có thể vội quên đi khổ nạn hiểm nguy của mẹ [trong ngày sinh ta] mà ra tay giết hại sinh linh, trên thì gây nghiệp ác liên lụy đến mẹ cha, dưới lại khiến bản thân mình phải chịu nhiều bất lợi?

Sai lầm này hết thảy người đời đều làm theo nhau mà không biết là sai trái, chính là điều thứ nhất thật đáng cho ta phải rơi lệ đau đớn, than tiếc khôn nguôi!

Giảng rộng:

Đường Thái Tông ngày xưa ở ngôi vua tôn quý, giàu có không ai bằng,[1] nhưng vào ngày sinh còn không lấy làm vui.

---

[1] Nguyên tác dùng "萬乘之主 - vạn thừa chi chủ" (làm chủ một vạn cỗ xe), có ý mô tả sự giàu có.

Điền chủ nghênh ngang[1] chỉ bội thu mươi đấu thóc mà khách mừng đến chật cả nhà, yến tiệc liên tục nhiều ngày, thật không biết như thế thì có thể làm được gì?

Hiện nay cũng có những người vào ngày sinh tổ chức cúng dường chư tăng, trì tụng Kinh điển, làm các việc thiện, thật quý hóa tốt đẹp thay!

Điều sai lầm thứ hai:
Mừng sinh con không nên giết hại

Người đời không có con thì buồn rầu, sinh được con thì mừng rỡ. Thế nhưng lại không chịu nghĩ đến việc hết thảy muôn loài cũng đều biết thương yêu con không khác gì mình.

Mừng vui vào ngày con ta sinh ra, lại khiến cho con cái của loài vật phải chết, liệu có thể an ổn trong lòng được chăng?

Con cái vừa mới sinh ra, đã không biết vì nó tu tích phúc đức, ngược lại còn giết hại sinh mạng tạo nghiệp xấu ác, thật là quá sức mê muội.

Sai lầm này hết thảy người đời đều làm theo nhau mà không biết là sai trái, chính là điều thứ hai thật đáng cho ta phải rơi lệ đau đớn, than tiếc khôn nguôi!

Giảng rộng:

Xưa có người thợ săn, một đêm nọ uống rượu quá say, nhìn đứa con nhỏ của mình mà tưởng là con mang,[2] liền mài dao giết thịt. Người vợ khóc lóc cản lại, nhưng anh ta không nghe, cứ việc mổ bụng, lôi hết ruột gan ra, xong để đó đi ngủ.

---

[1] Nguyên tác dùng "田舍翁 - điền xá ông" để chỉ người điền chủ sở hữu đất ruộng nhưng cũng hàm ý quê mùa, thiếu tri thức. Bạch Cư Dị trong bài thơ Mua hoa (買花) có câu: "有一田舍翁，偶來買花處。" (Hữu nhất điền xá ông, ngẫu lai mãi hoa xứ. – Có một ông điền chủ [chẳng biết gì nhưng] ngẫu nhiên đi đến chỗ mua hoa.)

[2] Con mang (con chương): một loài thú rừng giống con hươu nhưng nhỏ hơn nhiều.

Sáng hôm sau, anh ta thức dậy gọi con trai cùng đi vào chợ bán thịt mang. Người vợ khóc nói rằng: "Đêm qua ông đã giết con rồi." Người thợ săn nghe vậy thì ngã nhào xuống đất, ruột gan như bị ai xé nát! Than ôi, người và vật tuy rằng khác nhau, nhưng lòng thương con không khác, có thể nhẫn tâm giết hại được sao?

Điều sai lầm thứ ba:
Ngày cúng giỗ không nên giết hại

Những ngày cúng kỵ ông bà tổ tiên cũng như ngày giỗ những người thân đã khuất, hoặc các lễ tế xuân thu hai mùa trong năm,[1] đều không được giết hại vật mạng. Muốn cầu phúc cho người ở cõi âm, lại giết hại vật mạng để cúng tế, chỉ làm tăng thêm nghiệp ác mà thôi. Ôi, [giết hại vật mạng để làm ra] bao nhiêu món ăn bày la liệt trên bàn, nhưng làm sao có thể gọi dậy nắm xương tàn của người chết từ chín suối về ăn? Thật vô ích mà lại gây bao họa hại, nên người có trí tuệ quyết chẳng ai làm như vậy.

Sai lầm này hết thảy người đời đều làm theo nhau mà không biết là sai trái, chính là điều thứ ba thật đáng cho ta phải rơi lệ đau đớn, than tiếc khôn nguôi!

Giảng rộng:

Có kẻ nói, Lương Vũ Đế lấy bột làm thành hình vật tế thay cho những con vật sống để cúng tế, người đời đều chê bai rằng như vậy là khiến cho tổ tiên không được hưởng rượu thịt. Than ôi, thịt cá chưa chắc đã là ngon quý, rau dưa không hẳn đã là kém cỏi. Đạo làm con đối với cha mẹ, điều quý nhất là phải thận trọng tu sửa bản thân, dù có chút thiếu sót trong

---

[1] Tục lệ Trung Hoa ngày xưa có hai lễ tế lớn trong năm vào mùa xuân và mùa thu. Việt Nam không có tục lệ này, nhưng có một số lễ tiết khác mà người dân thường cúng kính ông bà tổ tiên, như tục cúng rước ông bà trước giao thừa, hoặc cúng vào mồng năm tháng năm, rằm tháng bảy v.v...

cúng tế tổ tiên cũng vẫn là tốt đẹp, đâu nhất thiết mỗi khi cúng tế đều phải dùng máu thịt chúng sinh? Kinh Dịch có dạy rằng: "Cúng kính đơn sơ nhưng chân thành còn hơn kẻ giết trâu." Bậc thánh nhân có dạy, nuôi vật để cúng tế là bất hiếu. Đâu nhất thiết mỗi khi cúng tế đều phải dùng máu thịt chúng sinh?

Điều sai lầm thứ tư:
Hôn lễ không nên giết hại

Người đời tổ chức các nghi lễ trong hôn nhân, từ khi dạm hỏi, nạp lễ... cho đến chính thức thành hôn, thật không biết đã giết hại bao nhiêu là vật mạng. Ôi, hôn nhân là khởi điểm của việc sinh con về sau, nhưng khởi đầu của sự sinh sản mà lại làm việc giết hại sự sống, thật là trái lẽ biết bao!

Hơn nữa, hôn nhân là việc tốt lành, nhưng trong ngày lành lại làm việc chẳng lành, giết hại loài vật, chẳng thấy đáng thương lắm sao?

Sai lầm này hết thảy người đời đều làm theo nhau mà không biết là sai trái, chính là điều thứ tư thật đáng cho ta phải rơi lệ đau đớn, than tiếc khôn nguôi!

Giảng rộng:

Người đời khi gặp hôn sự đều cầu chúc cho đôi vợ chồng được chung sống cùng nhau đến răng long đầu bạc. Mình thì mong cho được sống cùng nhau đến tận tuổi già, vậy các loài chim thú há lại mong chia lìa, chết sớm hay sao? Nhà có con gái gả đi thì ba đêm không ngủ được, vì nghĩ tưởng đến việc sắp phải chia lìa xa cách.[1] Mình thấy việc chia lìa xa cách là khổ, các loài chim thú phải xa nhau lẽ nào lại vui sao? Cho

---

[1] Câu này lấy ý từ lời nói của Khổng tử: 嫁女之家，三夜不息燭，思相離也 - Giá nữ chi gia, tam dạ bất tức chúc, tư tương ly dã. (Nhà có con gái gả chồng, ba đêm liền không tắt đuốc [đi ngủ], vì suy nghĩ đến việc sắp phải chia lìa.)

nên có thể tin được rằng, hôn nhân quả thật không nên giết hại vật mạng.

Điều sai lầm thứ năm:
Đãi khách không nên giết hại

Trời đẹp cảnh đẹp, chủ nhà hiền thiện tiếp khách hiền lương, dù cơm rau đạm bạc cũng không ngăn trở niềm vui thanh nhã, đâu cần phải ra tay giết hại vật mạng sinh linh, cầu miếng ăn ngon ngọt béo bổ, no nê ca hát quanh bàn tiệc mà khiến muôn loài bị giết mổ phải oán hận gào thét bên dao thớt. Than ôi, nếu thật có tính người, sao có thể không thương xót?

Sai lầm này hết thảy người đời đều làm theo nhau mà không biết là sai trái, chính là điều thứ năm thật đáng cho ta phải rơi lệ đau đớn, than tiếc khôn nguôi!

Giảng rộng:

Nếu biết rằng những món ăn bày ra trên bàn kia là có được từ những tiếng kêu gào oán hận bên dao thớt, ắt phải thấy rằng đã lấy sự đau đớn khổ sở cùng cực của muôn loài mà làm sự vui sướng khoái lạc cho mình, thì dù có gượng cho vào miệng cũng không thể nào nuốt trôi qua cổ! Có thể không đau buồn được sao?

Điều sai lầm thứ sáu:
Cúng cầu an không nên giết hại

Người đời khi có bệnh tật liền giết hại vật mạng, cúng tế thần linh để cầu phúc cho mình, nhưng không nghĩ đến việc mình cúng tế thần linh là vì muốn khỏi chết được sống, lại giết hại sinh mạng khác để mong kéo dài mạng sống của mình, thật không còn điều gì có thể trái nghịch lòng trời, ngược với lý lẽ hơn thế nữa.

Ôi, những người chính trực [sau khi chết mới] được làm thần, vậy lẽ nào thần linh lại có ý thiên lệch riêng tư? Mạng sống thật không thể kéo dài thêm [bằng cách ấy], nhưng nghiệp giết hại tạo ra thì còn đủ không mất, [nhất định phải đền trả]. [Không riêng gì việc cầu khỏi bệnh sống lâu,] hết thảy sự tế lễ cầu đảo tà thần ác quỷ để mong cầu những điều khác cũng đều như vậy.

Sai lầm này hết thảy người đời đều làm theo nhau mà không biết là sai trái, chính là điều thứ sáu thật đáng cho ta phải rơi lệ đau đớn, than tiếc khôn nguôi!

Giảng rộng:

Kinh Dược Sư dạy rằng: "Giết hại muôn loài chúng sinh để cúng tế dâng lên thần linh, hô gọi yêu ma quỷ quái, cầu xin ban phúc giúp đỡ cho mình, muốn tăng thêm tuổi thọ, rốt cùng đều không thể được."[1]

Cho nên nói rằng, sinh mạng thì không thể kéo dài, mà nghiệp giết hại gây ra thì còn mãi. Hết thảy những sự cầu đảo tà thần như giết hại vật mạng cúng tế cầu sinh con, cầu tiền tài của cải, cầu quan chức bổng lộc, ví như có được sinh con, được tài lộc, được quan chức, vốn đều là do nghiệp riêng của người ấy mà được, không phải do quỷ thần. Có những lúc ngẫu nhiên được thỏa nguyện, lại cho đó là có sự linh thiêng, nên niềm tin sai lệch càng thêm kiên cố, lại càng dốc lòng làm việc cúng tế như vậy nữa. Những kẻ rơi vào tà kiến quá nặng nề như vậy thật không thể cứu nổi, đáng thương thay!

Điều sai lầm thứ bảy:
Mưu sinh không nên giết hại

Người đời chỉ vì miếng cơm manh áo mà chọn theo những

---

[1] Trích từ kinh Dược Sư Lưu Ly Quang Như Lai Bổn Nguyện Công Đức (藥師琉璃光如來本願功德經), được xếp vào Đại Chánh tạng thuộc Tập 14 kinh số 450 (1 quyển). Đoạn trích này nằm ở trang 408, tờ a, bắt đầu từ dòng thứ 7.

nghề như săn bắn, đánh cá, hoặc giết mổ trâu, dê, lợn, chó... Nhưng theo sự quan sát của tôi, ví như không làm những nghề nghiệp ấy cũng có thể kiếm được cơm áo, chưa hẳn đã đến mức phải đói rét mà chết. Chọn nghề giết hại để mưu sinh, không khỏi bị thần minh trách phạt. Lại như theo nghề giết hại mà được giàu có, trăm người chưa từng thấy một! Nếu xét đến việc gieo nhân sâu nặng phải vào địa ngục, chịu nghiệp báo xấu ác trong nhiều đời sau, thì quả thật không gì ác hại hơn làm những nghề này. Vì sao phải khổ nhọc đeo đuổi mà không chịu tìm lấy một nghề hiền thiện khác để mưu sinh?

Sai lầm này hết thảy người đời đều làm theo nhau mà không biết là sai trái, chính là điều thứ bảy thật đáng cho ta phải rơi lệ đau đớn, than tiếc khôn nguôi!

Giảng rộng:

Chính tôi từng nhìn thấy một người làm nghề mổ dê, khi sắp chết bỗng kêu tiếng be be như con dê, một người làm nghề bán lươn, khi sắp chết chợt thấy trên đầu như bị lươn cắn rứt. Cả hai việc này đều xảy ra trong xóm nhà gần tôi, hoàn toàn không phải nghe theo truyền thuyết. Xin khuyên hết thảy mọi người, nếu gặp phải lúc không biết làm gì để sống, thà đi xin ăn. Nếu phải tạo nghiệp giết hại để mưu sự sống cho mình, thà nhịn đói mà chết còn hơn. Than ôi, có thể nào không dứt bỏ sự giết hại được sao?

Những gì trình bày trên là bảy điều hết sức phi lý, nhưng người đời lại rất thường làm. Người thông đạt xem qua, ắt phải thấy đều là những lập luận xác đáng. Ví như có thể răn ngừa được tất cả thì không còn gì tốt đẹp hơn. Bằng như chưa được vậy, cũng có thể tùy sức mà giảm dần, hoặc bỏ đi bốn năm việc, hoặc răn ngừa đôi ba việc...

Bỏ đi một việc ắt tiêu trừ được một phần ác nghiệp, giảm một lần giết hại ắt bớt được một mối oán cừu. Ví như còn chưa thể ăn chay bỏ hẳn thịt cá, thì trước hết nên chuyển sang mua dùng những món được bán sẵn, tránh không tự mình ra tay giết hại, cũng giảm bớt được một phần tội lỗi. Biết nuôi dưỡng tâm từ ắt dần dần rồi cũng sẽ đạt được đến chỗ tốt đẹp.

Mong sao những ai có duyên may gặp được bản văn này, sẽ chuyền tay nhau truyền rộng khắp nơi, thay nhau khuyến khích, khuyên bảo người đời. Khuyên được một người thôi giết hại tức là cứu sống được trăm vạn sinh linh. Khuyên đến mười người, trăm người, cho đến muôn ngàn vạn người thì âm đức thật hết sức lớn lao, quả lành không cùng tận. Chỉ cần có lòng tin chắc chắn làm theo, những điều này quyết không sai dối.

Thực hành giữ giới sát[1]

ỗi năm nên viết đủ tên mười hai tháng dán lên tường nhà. Trong một tháng mà giữ được hoàn toàn không giết hại, thì bên dưới chỗ tên tháng ấy ghi vào mấy chữ "không giết hại". Giữ trọn được một tháng không giết hại, đó là làm thiện được vào bậc hạ. Giữ trọn được một năm không giết hại, đó là làm thiện được vào bậc trung. Giữ trọn được một đời không giết hại, đó là làm thiện được vào bậc thượng. Giáo huấn được con cháu nhiều đời đều nối tiếp nhau giữ giới không giết hại, đó lại càng là bậc hiền thiện cao trổi trong những người hiền thiện.

Nguyện cho người người đều giữ giới không giết hại, nhà nhà đều bỏ thịt cá mà ăn chay, ắt chư Phật đều hoan hỷ, muôn vị thần linh gia hộ, chuyện binh đao chiến tranh sẽ nhờ đó mà vĩnh viễn chấm dứt, những hình phạt nặng nề không cần dùng đến, địa ngục trống rỗng không còn tội nhân, người người nhờ đó được mãi mãi xa rời biển khổ.

Lời nguyện sau khi giữ giới sát

Nếu có thể giữ trọn trong một tháng hoàn toàn không giết hại vật mạng, thì vào đêm cuối tháng ấy, hoặc sáng sớm ngày đầu tháng tiếp theo, có thể đến trước bàn thờ Phật, chí tâm lễ bái hình tượng Phật rồi khấn nguyện như sau:

"Đệ tử tên là... *(khấn tên họ, pháp danh)* ..., xin đem hết tâm thành quy y đức Phật A-di-đà ở thế giới Tây phương Cực Lạc. Đệ tử ngày nay vâng theo lời Phật dạy trước đây,

---

[1] Tiêu đề phần này do chúng tôi thêm vào dựa theo nội dung, để người đọc tiện theo dõi.

thực hành giữ giới không giết hại, vừa trọn được một tháng. Nhờ công đức này, xin nguyện cho đệ tử được tiêu trừ tội lỗi nghiệp chướng, giải trừ mọi oán thù oan trái, căn lành tu tập ngày càng tăng trưởng, đến phút lâm chung được thân tâm an ổn, chính niệm rõ ràng, nhờ ơn Phật tiếp dẫn được sinh về cõi nước Cực Lạc, hóa sinh từ giữa hoa sen trong ao bảy báu, hoa nở liền được gặp Phật, chứng đắc pháp nhẫn vô sinh, được đầy đủ trí tuệ Phật, dùng thần lực lớn lao có thể khiến cho những chúng sinh trong nhiều đời trước từng bị đệ tử giết hại, cùng tất cả chúng sinh bị giết hại trong khắp mười phương, thảy đều được cứu độ giải thoát, thành đạo Vô thượng. Nay phát lời nguyện này, xin đức Phật từ bi xót thương tiếp nhận."

Phát nguyện như trên rồi, tiếp đó niệm danh hiệu Phật một trăm lần, hoặc ngàn lần hay vạn lần, nhiều ít tùy ý.

2. Văn phóng sinh

a. Toàn văn

Thường nghe rằng, điều quan trọng nhất ở thế gian là mạng sống, việc thảm thiết nhất trong đời là bị giết. Vì thế, khi bị bắt ắt phải tìm đường trốn chạy. Chấy rận còn biết né tránh cái chết, loài kiến, dế cũng biết tham sống nên gặp lúc trời mưa liền vội vã kéo nhau đi tránh.

Sao con người lại có thể giăng lưới nơi rừng núi, đánh bắt dưới vũng sâu, tìm đủ mọi phương cách mà bắt lấy, cong khuất thì thả câu, ngay thẳng thì bắn tên, trăm mưu ngàn kế truy lùng lưới bắt? Khiến cho muôn loài phải kinh sợ hồn xiêu phách lạc, mẹ con chia lìa ly tán. Hoặc giam nhốt trong chuồng trong cũi, ắt cũng giống như người ở trong lao ngục; hoặc dùng dao đâm cối giã, ắt chẳng khác chi người chịu tội lóc thịt phanh thây.

Hươu thương con [bị bắn], thè lưỡi liếm vết thương mà ruột đứt thành từng đoạn. Vượn sợ chết, xa trông thấy bóng cung tên mà hai dòng lệ đổ. Đó là cậy mình mạnh mà hiếp kẻ yếu, theo lý chỉ e rằng không đúng, ăn thịt muôn loài để bổ dưỡng thân mình, nỡ lòng nào lại thế?

Do đó mà cảm động đến trời cao rủ lòng xót thương muôn vật, bậc thánh nhân xưa ra đời thi hành đức nhân từ. Việc mở lưới bắt đầu từ thánh vương Thành Thang, việc phóng sinh thả cá vào ao nuôi khởi sự từ hiền nhân Tử Sản.

Thánh thiện thay trưởng giả Lưu Thủy, dùng túi chở nước cứu cá khô hạn. Bi mẫn thay đức Phật Thích-ca, cứu con vật nguy vong tự cắt thịt. Đại sư Trí Giả ở núi Thiên Thai, cổ súy việc đào ao phóng sinh. Tiên nhân ngồi thiền dưới gốc đại thụ, che chở con chim đậu trên thân mình. Chuộc cá phóng sinh về sau giải thoát, tâm bi mẫn của Thiền sư Diên Thọ hãy còn. Cứu con Long vương được phương thuốc hay, lòng từ ái của Tôn chân nhân chưa dứt.

Một lần ra tay cứu kiến, sa-di chết yểu chuyển thành trường thọ, thư sinh hèn kém hóa khôi nguyên. Một bận giải thoát cho rùa, Mao Bảo lâm nguy thoát nạn, Khổng Du được hưởng phong hầu. Khuất Sư thả cá chép nơi thôn Nguyên, tuổi thọ tăng thêm một kỷ. Tùy hầu cứu rắn trên đất Tề, được hạt châu đáng giá ngàn vàng.

Vớt ruồi chết đuối, người nấu rượu thoát tội tử hình. Cứu ba ba sắp bị giết, nô tỳ bệnh nặng được khỏi. Mua vật sắp chết nơi lò mổ, Trương Đề Hình chết sinh cõi trời. Đổi mạng sống cá tôm trên thuyền chài, Lý Cảnh Văn được giải độc đan sa.

Tôn Lương Tự cứu mối nguy giam nhốt, lúc mai táng có bầy chim đến giúp. Huyện lệnh Phan cấm bắt cá ở sông hồ, lúc chuyển đi tôm cá khóc đưa.

Đại sư Tín phá trừ tục giết vật hiến tế, ban điềm lành trời đổ mưa lớn. Tổ Tào Khê mở lưới thợ săn, đạo từ bi truyền khắp nơi nơi.

Hoàng tước được cứu ngậm vòng ngọc báo ơn, chồn xuống giếng truyền thuật trả nghĩa. Cho đến vật thân tàn được cứu, sau cũng bò trên vách nghe kinh. Gặp cảnh khốn mong cầu được sống, vật hiện hình người áo vàng báo mộng.

Những sự bố thí đều có phước báo, mọi việc rõ ràng, không phải không chứng cứ. Hoặc được ghi chép trong sách vở, hoặc rõ ràng tai nghe mắt thấy. Nguyện cho tất cả mọi người mỗi khi nhìn thấy vật [mạng sắp bị giết hại] đều phát tâm từ bi, xả bỏ tài sản không bền chắc để thực hành phương tiện cứu giúp.

Nếu bảo vệ được nhiều mạng sống, ắt tích chứa âm đức lớn lao, nhưng dù chỉ cứu sống được một con sâu nhỏ, đó cũng là việc thiện. Ngày ngày đều thêm việc thiện, tháng tháng tích lũy càng nhiều, thực hành càng rộng thì phước báo càng cao.

Lòng từ phủ khắp nhân gian, tiếng lành cảm thông thiên giới. Rửa sạch trong lòng không oán cừu nghiệp chướng, phước lành tụ hội trong đời này; vun bồi tưới tẩm căn lành, an vui còn mãi đến đời sau.

Nếu được thì [khi phóng sinh] nên niệm Phật trợ lực, tụng đọc Kinh điển. Nên vì những con vật được thả ra mà hồi hướng công đức, nguyện cho chúng sau khi chết sẽ được sinh về Tây phương Cực Lạc, vĩnh viễn thoát khỏi ba đường ác.

Được như thế ắt tâm lượng càng thêm lớn lao, cội đức càng sâu hơn nữa. Nhờ đó nhanh chóng thành tựu đạo nghiệp, được sinh về chín phẩm đài sen cõi Phật.

Nay xin rộng khuyên hết thảy người đời, mong đừng vì thấy bản thân tôi đức hạnh mỏng manh, thân phận nhỏ nhoi mà ngờ vực không tin nhận.

b. Giảng giải từng phần

Thường nghe rằng, điều quan trọng nhất ở thế gian là mạng sống, việc thảm thiết nhất trong đời là bị giết.

Giảng rộng:

Nói rằng quan trọng nhất, điều đó có hai nghĩa. Thứ nhất, người đời đối với vàng bạc châu báu, quan chức tước vị, gia đình vợ con, cho đến tự thân mình, đều xem là quan trọng. Nhưng khi không thể có được tất cả, ắt phải chọn lấy trong số đó thứ nào là quan trọng hơn. Thế nên, nếu cần cứu lấy mạng sống của mình ắt không tiếc gì vàng bạc châu báu. Để cứu mạng mình, cũng không tiếc quan chức tước vị. Thậm chí có lúc cần phải cứu lấy mạng mình thì cả gia đình vợ con cũng không quan tâm đến nữa. Vì thế nên nói rằng mạng sống là quan trọng nhất.

Nghĩa thứ hai là, theo lời Phật dạy thì tất cả chúng sinh đều có khả năng thành Phật. Như vậy, mạng sống chính là hạt giống, là điều kiện để có thể thành Phật. Do đó nên nói rằng mạng sống là quan trọng nhất.

Lại nói rằng thảm thiết nhất, đó là ví như việc đánh đập hành hạ đủ cách, tuy có làm cho người hết sức khổ sở, nhưng vẫn chưa đến mức dứt mất mạng sống. Thế nên chỉ có việc giết hại là thảm thiết nhất, [vì dứt cả mạng sống của muôn loài].

> *Vì thế, khi bị bắt ắt phải tìm đường trốn chạy. Chấy rận
> còn biết né tránh cái chết, loài kiến, dế cũng biết tham
> sống nên gặp lúc trời mưa liền vội vã kéo nhau đi tránh.*

Giảng rộng:

Vì mạng sống là quan trọng nhất, nên muôn loài đều cố
giữ lấy mạng sống. Vì bị giết là thảm thiết nhất nên muôn
loài đều chạy trốn cái chết. Cho nên đến chấy, rận, kiến, dế
cũng đều biết tham sống sợ chết. Xét như những sinh mạng
nhỏ nhoi mà còn thế thì đối với những loài lớn hơn ắt có thể
biết rõ.

> *Sao con người có thể giăng lưới nơi rừng núi, đánh bắt
> dưới vũng sâu, tìm đủ mọi phương cách mà bắt lấy, cong
> khuất thì thả câu, ngay thẳng thì bắn tên, trăm mưu
> ngàn kế truy lùng lưới bắt?*

Giảng rộng:

Đã biết hết thảy chúng sinh đều tham sống sợ chết, sao
có thể che mờ lương tâm, làm những việc tàn độc? Giăng lưới
chim thú trên rừng núi, đánh bắt tôm cá dưới sông hồ, cúi
xuống nước thì buông câu bắt cá, ngẩng lên trời thì giương
cung bắn chim, thậm chí còn lén lút ám muội đào hố, đặt bẫy,
tìm trăm phương ngàn kế không thể kể hết [để giết hại muôn
loài], thật hết sức đáng giận!

> *Khiến cho muôn loài phải kinh sợ hồn xiêu phách lạc,
> mẹ con chia lìa ly tán.*

Giảng rộng:

Như trên đã nói, con người dùng đến đủ các loại lưới
giăng trên cạn dưới nước, rồi móc câu, tên bắn... vừa nhìn
thấy thôi đã táng đởm kinh hồn, nếu vướng phải rồi thì táng
thân mất mạng, ắt phải mẹ con chia lìa ly tán. Nếu so [hoàn

cảnh những con vật ấy] với cảnh người gặp thời giặc loạn, binh lửa tràn đến, thật có khác gì nhau?

Hoặc giam nhốt trong chuồng trong cũi, ắt cũng giống như người ở trong lao ngục; hoặc dùng dao đâm cối giã, ắt chẳng khác chi người chịu tội lóc thịt phanh thây.

Giảng rộng:

Trói buộc giam nhốt, ắt bị cấm hẳn sự đi lại, mất hẳn sự tự do, không khác gì người bị giam vào lao ngục. Giết mổ cắt xẻ, ắt đau đớn khổ sở cũng như người bị lóc thịt phanh thây. Thử đặt mình vào những hoàn cảnh ấy, ắt có thể biết được tình cảnh của muôn loài bị giết hại là như thế nào.

Hươu thương con [bị bắn], thè lưỡi liếm vết thương mà ruột đứt thành từng đoạn. Vượn sợ chết, xa trông thấy bóng cung tên mà hai dòng lệ đổ.

Giảng rộng:

Chuyện hươu thương con, là nói đến việc Hứa Chân Quân ngày xưa, thuở còn trẻ rất thích việc săn bắn. Một hôm, ông bắn trúng con hươu con, hươu mẹ [không bỏ chạy mà đứng bên] thè lưỡi liếm vết thương cho con. Một lúc lâu, hươu con chết, hươu mẹ cũng chết theo. Hứa Chân Quân mổ bụng hươu mẹ ra xem, thấy ruột nó đứt thành từng đoạn. Đó là vì nó quá thương đứa con bị chết, đau đớn quá độ đến nỗi ruột đứt thành từng đoạn. Hứa Chân Quân hết sức ân hận, sám hối tội lỗi của mình, liền bẻ gãy cung tên, bỏ vào núi sâu tu đạo, sau chứng được đạo quả, cả nhà cùng bay lên trời.[1] Câu

---

[1] Ý này dẫn theo sách Thái bình quảng ký (太平廣記), quyển 14, truyện Hứa Chân Quân trong phần Thập nhị chân quân. Theo sách này thì dưới triều Hiếu Vũ Đế nhà Đông Tấn, niên hiệu Thái Khang (太康) năm thứ hai, ngày mồng 1 tháng 8, tại Tây Sơn ở Hồng Châu, cả nhà Chân Quân có đến 42 người cùng bay lên trời đi mất. Tuy nhiên, sách này có lẽ nhầm về niên hiệu, vì đời Tấn Hiếu Vũ Đế chỉ có niên hiệu Ninh Khang (寧康 – 373-375) và Thái Nguyên (太

chuyện này làm rõ ý *"mẹ con chia lìa ly tán"* vừa nói ở đoạn văn trước.

Chuyện vượn sợ chết, là nói đến việc Sở vương đi săn cùng với Dưỡng Do Cơ. Khi ấy nhìn thấy một con vượn, Sở vương liền ra lệnh cho Dưỡng Do Cơ giương cung bắn. Con vượn vừa nhìn thấy Dưỡng Do Cơ liền rơi lệ khóc. Đó là vì giống vượn này có đôi tay nhanh nhẹn mềm mại, có thể chộp bắt được cả mũi tên đang bay. Nhưng Dưỡng Do Cơ là tay thần xạ thời bấy giờ, nên nó biết là không thể bắt kịp mũi tên ông bắn, chắc chắn sẽ phải chịu chết, vì thế nên rơi lệ khóc. Câu chuyện này làm rõ ý *"kinh sợ đến hồn xiêu phách lạc"* vừa nói ở đoạn văn trước.

> *Đó là cậy mình mạnh mà hiếp kẻ yếu, theo lý chỉ e rằng không đúng, ăn thịt muôn loài để bổ dưỡng thân mình, nỡ lòng nào lại thế?*

Giảng rộng:

Xét theo hai chuyện vừa kể trên thì biết rằng việc giết hại hết sức không nên làm. Người đời luôn nói rằng thịt của muôn loài cầm thú đều là món người có thể ăn, nhưng không biết đó chẳng qua chỉ là ỷ mạnh hiếp yếu mà thôi. Nếu không phải vậy, ắt hổ dữ ăn thịt người rồi cũng có thể cho rằng thịt người là món hổ có thể ăn. Bọ ngựa ăn ve sầu, chim sẻ lại ăn bọ ngựa, rồi chim ưng lại bắt chim sẻ mà ăn. Kẻ yếu bị ăn thịt, kẻ mạnh ăn thịt kẻ yếu, lý lẽ mạnh được yếu thua thật quá rõ ràng, không còn gì phải ngờ vực cả.

Người đời lại cho rằng ăn rau cải thì gầy ốm, ăn thịt cá mới được mập mạnh. Ôi, muốn cho thân mình béo mập mà không nghĩ đến cái khổ của muôn loài, như vậy thì tính người ở đâu?

元 – 376-396) chứ không có niên hiệu Thái Khang (太康 – 280-289), vốn thuộc đời Tây Tấn.

> *Do đó mà cảm động đến trời cao rủ lòng xót thương muôn vật, bậc thánh nhân xưa ra đời thi hành đức nhân từ.*

Giảng rộng:

Do người đời mê lầm làm việc giết hại như thế, nên sát khí ngùn ngụt động đến trời cao. Trời cao vốn có đức hiếu sinh, vẫn thường hiện nhiều điềm báo để chỉ bày cho người đời. Người đời mê mờ không biết nên vẫn tiếp tục việc giết hại ngày càng nặng nề hơn, ắt phải đưa đến những việc mưa gió thất thường, mùa màng thất bát, đao binh chiến loạn khởi lên khắp nơi. Nếu người biết tu hạnh lành, ắt mưa thuận gió hòa, mùa màng bội thu, bể yên sóng lặng.

Cho nên, việc con người giết hại chính là trái nghịch ý trời. Bậc thánh nhân xưa kia, trên thuận với lòng trời, dưới xót thương cho sinh mạng muôn loài, mới ra sức thi hành đức nhân từ để cứu giúp. Những việc thánh nhân đã làm, xin xem tiếp ở phần dưới đây.

> *Việc mở lưới bắt đầu từ thánh vương Thành Thang, việc phóng sinh thả cá vào ao nuôi khởi sự từ hiền nhân Tử Sản.*

Giảng rộng:

Việc mở lưới là nói đến chuyện vào đời nhà Thương, vua Thành Thang một hôm đi tuần thú nhìn thấy các thợ săn giăng lưới kín bốn bề để bắt thú, đọc lời chú nguyện rằng: "Từ trên trời mà xuống, từ dưới đất mà lên, từ bốn phương cùng lại, hết thảy đều chui vào lưới ta." Vua thấy vậy rồi liền sai mở trống ra ba hướng, chỉ để lại một và sửa lời chú nguyện lại thành: "Muốn sang bên trái thì chạy sang trái, muốn sang bên phải thì chạy sang phải, muốn lên cao thì bay lên, muốn xuống đất thì chui xuống, không muốn sống nữa thì hãy chui vào lưới ta."

Việc thả cá vào ao nuôi là nhắc chuyện Tử Sản, quan Đại phu nước Trịnh thời Xuân Thu. Có người đem đến biếu một con cá còn sống, Tử Sản không nỡ ăn, sai người mang thả vào nuôi trong ao.

Xem qua hai chuyện này thì biết việc phóng sinh không phải chỉ riêng có trong đạo Phật, mà người quân tử trong đạo Nho ai ai cũng vâng làm theo.

Thánh thiện thay trưởng giả Lưu Thủy, dùng túi chở nước cứu cá khô hạn. Bi mẫn thay đức Phật Thích-ca, cứu con vật nguy vong tự cắt thịt.

Giảng rộng:

Dùng túi chở nước, đó là nói đến câu chuyện trong kinh Kim Quang Minh.[1] Ông Lưu Thủy là con trai một vị trưởng giả,[2] một hôm đi xa gặp mười ngàn con cá mắc kẹt trong một hồ nước đã gần cạn, tất cả đều sắp phải chết khô. Ông liền dùng voi chở nước chứa trong các túi đến đổ vào hồ, cứu sống được đàn cá. Ông lại vì đàn cá mà thuyết pháp. Sau khi chết, tất cả đều được sinh lên cõi trời.[3]

Tự cắt thịt, đó là nhắc chuyện trong một tiền thân của đức Phật Thích-ca Mâu-ni, khi ngài còn là một vị Bồ Tát. Khi ấy, có chim ưng đuổi bắt con chim câu, chim câu kinh sợ bay đến chỗ Bồ Tát mong được che chở. Chim ưng đuổi tới liền nói: "Ngài muốn cứu con chim câu, chẳng phải là khiến

---

[1] Chuyện này kể theo nội dung trong kinh Kim Quang Minh (金光明經), được xếp vào Đại Chánh tạng thuộc Tập 16, kinh số 663, tổng cộng có 4 quyển, do ngài Đàm-vô-sấm dịch sang Hán ngữ vào đời Bắc Lương. Câu chuyện này thuộc quyển 4, nằm ở trang 352, tờ b, bắt đầu từ dòng thứ 22.

[2] Trong văn này chép là "Lưu Thủy trưởng giả", nhưng căn cứ kinh văn thì là "trưởng giả tử", nghĩa là con trai ông trưởng giả.

[3] Theo kinh văn thì ông này đã thuyết pháp Thập nhị nhân duyên cho đàn cá nghe cùng niệm danh hiệu đức Bảo Thắng Như Lai. Nhờ đó, sau khi bỏ mạng, tất cả đều được sinh lên cung trời Đao Lợi.

cho tôi phải chịu đói mà chết hay sao?”

Bồ Tát liền hỏi: “Ngươi ăn những món gì?” Chim ưng đáp: “Chỉ ăn thịt mà thôi.” Bồ Tát liền tự cắt thịt đùi cho chim ưng ăn để thay phần thịt chim câu. Chim ưng nói: “Ngài muốn trao đổi như thế thì phải cắt số thịt cân nặng bằng với con chim kia.” Bồ Tát đồng ý, nhưng cắt mãi mà số thịt vẫn còn nhẹ hơn con chim câu, cho đến sắp hết cả thịt trên người mà vẫn chưa đủ. Khi ấy, chim ưng liền hỏi: “Bây giờ ngài có hối hận chăng?”

Bồ Tát đáp: “Lòng ta quyết cứu chim câu, không hề có chút hối hận nào.” Rồi Bồ Tát lại phát nguyện: “Nếu lời ta nói là đúng thật không hư dối, nguyện cho da thịt trên thân ta trở lại như cũ.” Vừa lập nguyện xong, quả nhiên thân thể hoàn toàn bình phục như trước. Chim ưng khi ấy hiện nguyên hình là một vị Thiên Đế,[1] bay lên giữa không trung lễ bái tán thán lòng đại bi của Bồ Tát.

Đại sư Trí Giả ở núi Thiên Thai, cổ súy việc đào ao phóng sinh. Tiên nhân ngồi thiền dưới gốc đại thụ, che chở con chim đậu trên thân mình.

Giảng rộng:

Đại sư Trí Giả ở núi Thiên Thai, tên húy là Trí Khải, Tùy Dạng Đế tôn xưng hiệu ngài là Trí Giả. Ngài từng đào ao khuyến khích mọi người thả cá phóng sinh. Nhưng không chỉ riêng ngài Trí Giả, xưa nay cũng rất nhiều người làm việc ấy. Như Tây Hồ ngày nay, vốn xưa cũng từng là một ao phóng sinh. Trải qua nhiều năm, người xưa đã mất, thời thế đổi thay, giáo pháp suy mạt, nay thấy người ta thắp đèn bắt cá nhiều như sao trời bay đầy trên mặt hồ, thật đáng thương thay!

---

[1] Vì con chim ưng này vốn thật là Thiên Đế hóa thành, để thử thách tâm đại bi của Bồ Tát.

Về việc che chở cho chim, đó là chuyện một vị tiên nhân thuở xưa tu tập thiền định, thường tọa thiền dưới gốc một cây đại thụ. Khi ngài nhập định quá lâu, thân hình bất động đến nỗi một con chim từ xa bay đến không nhận ra, liền đậu lại trú ngụ ngay trong lòng ngài. Vì sợ con chim bị kinh hoảng nên ngài ngồi yên không lay động, đợi đến khi con chim bay đi rồi ngài mới xuất định. Lòng từ bi thương xót muôn loài đạt đến mức như thế!

Chuộc cá phóng sinh về sau giải thoát, tâm bi mẫn của Thiền sư Diên Thọ hãy còn. Cứu con Long vương được phương thuốc hay, lòng từ ái của Tôn chân nhân chưa dứt.

Giảng rộng:

Chuộc cá phóng sinh là kể chuyện Đại sư Vĩnh Minh, tên húy là Diên Thọ. Lúc Ngô Việt Vương trấn nhậm Hàng Châu, ngài đang làm chức quan giữ kho ở huyện Dư Hàng, nhiều lần xuất tiền trong kho để mua cá tôm đủ loại phóng sinh. Sau vì việc ấy mà ngài bị bắt giam, khép tội ăn trộm công quỹ, theo pháp luật phải bị chém vất xác giữa chợ.[1]

Ngô Việt Vương vốn đã biết ngài dùng tiền ấy mua vật mạng phóng sinh, nên dặn trước người hành hình phải chú ý quan sát lời nói, sắc mặt để báo lại. Ngài đến lúc sắp chết mặt không biến sắc, người chung quanh đều lấy làm quái lạ, gạn hỏi. Ngài nói: "Ta đối với số tiền lấy từ trong kho không dùng vào việc riêng một xu nào, tất cả đều mua vật mạng để phóng sinh, nhiều không tính hết. Nay sau khi chết sẽ sinh thẳng về thế giới Tây phương Cực Lạc, chẳng vui lắm sao?"

Ngô Việt Vương nghe báo lại lời ấy liền truyền tha tội cho ngài. Sau đó ngài xuất gia, tu tập thiền pháp, chuyên cần lễ

---

[1] Chém vất xác giữa chợ (棄市 - khí thị): một hình phạt ngày xưa, áp dụng cho những tội nặng cần phải răn dọa nhiều người.

sám, đạt được biện tài không ngăn ngại.

Sau khi ngài viên tịch, có một vị tăng nhân lúc thần thức đi đến chốn âm ty, nhìn thấy Diêm vương thường ra vào lễ bái hình tượng một vị tăng, hỏi ra thì biết đó chính là ngài Vĩnh Minh Diên Thọ. Ngài đã vãng sinh về Tây phương, vào hàng Thượng phẩm thượng sinh,[1] Diêm vương vì kính trọng đức độ của ngài nên thường lễ bái.

Cứu con Long vương, đó là chuyện của Tôn chân nhân lúc còn chưa thành tiên. Một hôm, ông đi đường gặp đứa trẻ trong thôn bắt được một con rắn nước, đùa nghịch đến nỗi con rắn lừ đừ sắp chết. Tôn chân nhân liền bỏ tiền mua con rắn, mang thả xuống nước.

Hôm sau, chân nhân đang ngồi tĩnh tọa bỗng thấy có một người áo xanh mời đi theo, đến một chỗ dinh thự xem ra có vẻ như người đời vẫn gọi là Thủy tinh cung. Vị vua trong cung ra tiếp đón, mời chân nhân đến ngồi trên một tòa cao, nói rằng: "Con ta hôm qua ra ngoài chơi, nếu không gặp được tiên sinh chắc là đã chết." Liền cho bày yến tiệc chiêu đãi, xong lại mang ra đủ các loại châu báu quý giá để tạ ơn. Chân nhân từ chối không nhận, nói: "Tôi nghe Long cung có nhiều phương thuốc hay bí truyền, xin truyền cho tôi để cứu người giúp đời, như vậy còn hơn là những châu báu này." Long vương liền mở hòm ngọc lấy ra ba mươi sáu phương thuốc trao cho, Tôn chân nhân nhờ đó mà y thuật càng thêm tinh thông. Về sau tu hành chứng được tiên phẩm.

Một lần ra tay cứu kiến, sa-di chết yểu chuyển thành trường thọ, thư sinh hèn kém hóa khôi nguyên. Một bận

---

[1] Người vãng sinh Tây phương tùy theo công phu tu tập mà phân làm 9 phẩm (cửu phẩm), trong đó Thượng phẩm thượng sinh là bậc cao nhất: 1. Thượng phẩm thượng sinh, 2. Thượng phẩm trung sinh, 3. Thượng phẩm hạ sinh, 4. Trung phẩm thượng sinh, 5. Trung phẩm trung sinh, 6. Trung phẩm hạ sinh, 7. Hạ phẩm thượng sinh, 8. Hạ phẩm trung sinh, 9. Hạ phẩm hạ sinh.

> *giải thoát cho rùa, Mao Bảo lâm nguy thoát nạn, Khổng Du được hưởng phong hầu.*

Giảng rộng:

Có hai câu chuyện cứu kiến. Chuyện thứ nhất là sa-di chết yểu chuyển thành trường thọ. Xưa có chú sa-di theo hầu thầy là một vị trưởng lão tôn túc. Vị này biết chú sa-di trong bảy ngày nữa mạng số chấm dứt, liền bảo chú về nhà thăm mẹ, dặn chú đến ngày thứ tám phải trở về chùa, trong ý muốn chú được chết ở nhà. Không ngờ đến ngày thứ tám vẫn thấy chú trở lại chùa, thầy chú lấy làm quái lạ, liền nhập định quán sát mới biết, chú sa-di trên đường về nhà, gặp một đàn kiến sắp bị nước trôi, liền bắc cầu cho chúng theo sang, đàn kiến nhờ đó đều thoát chết. Nhờ việc ấy mà chú không bị chết yểu, về sau lại sống thọ.

Chuyện thứ hai, thư sinh hèn kém hóa khôi nguyên, chính là chuyện Tống Giao. Ông có một người em trai, cả hai anh em cùng lên kinh dự thi. Tống Giao có lần thấy đàn kiến sắp bị nước ngập, liền lấy một cành trúc làm cầu để chúng bò lên mà thoát. Bấy giờ có vị tăng người Ấn Độ nhìn thấy dung mạo của Tống Giao liền kinh hãi nói: "Ông đã từng cứu sống đến trăm vạn sinh mạng." Tống Giao nói: "Tôi là học trò nghèo, sức đâu làm được những việc như thế?" Vị tăng nói: "Không phải vậy, dù loài vật nhỏ nhoi cũng kể là sinh mạng." Tống Giao liền đem chuyện cứu kiến kể lại. Vị tăng nói: "Đúng là việc ấy rồi. Em trai ông khoa này sẽ đỗ đầu, nhưng ông rồi cũng không thể kém hơn." Đến khi có kết quả thi, quả nhiên người em đỗ đầu, nhưng triều đình cho rằng em không thể đặt trên anh, nên sửa kết quả thành "đệ thập" mà chọn Tống Giao thành đệ nhất, quả đúng như lời vị tăng.

Về việc giải thoát cho rùa có hai chuyện. Chuyện thứ nhất là Mao Bảo lâm nguy thoát nạn. Mao Bảo vào thuở còn hàn vi, đi đường gặp người mang một con rùa đem bán, liền bỏ tiền mua thả cho đi. Sau ông làm tướng, một lần thua chạy rơi xuống nước, bỗng cảm thấy có vật gì đó nâng mình lên, nhờ đó không phải chết chìm. Đến khi vào được trong bờ rồi, nhìn lại mới biết con vật đã đưa ông vào bờ chính là con rùa ngày trước được ông cứu.

Chuyện thứ hai là cứu rùa được phong hầu. Khổng Du vốn chỉ là một chức quan nhỏ, cũng từng mua rùa thả xuống nước. Rùa nổi lên bơi đi trong nước còn ngoái đầu hướng về phía ông nhiều lần như cảm tạ. Sau Khổng Du có công được phong tước hầu, lúc thợ đúc ấn ra bỗng thấy hình con rùa trên núm ấn[1] ngoái đầu về phía sau, liền phá đi đúc lại, cho đến lần thứ tư, nhìn kỹ trong khuôn thì đầu rùa thẳng nhưng đúc ấn ra vẫn là ngoái về phía sau. Thợ đúc ấn lấy làm quái lạ, liền đem việc này báo với Khổng Du. Ông nhớ lại lúc thả con rùa năm xưa, nó cũng ngoái đầu nhìn lại như vậy, liền hiểu ra chuyện phong hầu ngày nay chính là nhờ phước báo của việc cứu rùa.

Khuất Sư thả cá chép nơi thôn Nguyên, tuổi thọ tăng thêm một kỷ. Tùy hầu cứu rắn trên đất Tề, được hạt châu đáng giá ngàn vàng.

Giảng rộng:

Về chuyện thả cá chép, đó là Khuất Sư khi ở thôn Nguyên gặp người bán một con cá chép đỏ, liền mua thả xuống sông. Sau đó, ông nằm mộng thấy Long vương mời đến cung điện, nói rằng: "Ông vốn tuổi thọ đã hết, nhưng nhờ cứu sống con rồng nên được sống thêm một kỷ."[2]

Về chuyện cứu rắn, đó là Tùy hầu khi sang nước Tề, trên đường nhìn thấy một con rắn gặp nạn trong bãi cát, máu

---

[1] Quả ấn ngày xưa có hình con rùa trên núm ấn.

[2] Một kỷ: theo cách tính ngày xưa tức là 12 năm.

chảy trên đầu, liền dùng gậy nâng rắn mang đến bỏ nơi bờ nước rồi mới đi. Khi quay về đến chỗ ấy thì thấy rắn ngậm một hạt châu nằm bên đường, hướng về phía ông như muốn đưa tặng, nhưng ông không dám nhận. Đêm ấy, ông nằm mộng thấy mình giẫm phải một con rắn, kinh sợ thức giấc thì nhìn thấy trên giường có hai hạt châu rất quý.

Vớt ruồi chết đuối, người nấu rượu thoát tội tử hình.
Cứu ba ba sắp bị giết, nô tỳ bệnh nặng được khỏi.

Giảng rộng:

Chuyện vớt ruồi là nói đến một người thợ nấu rượu, mỗi khi có ruồi rơi vào vò rượu liền vớt ra, thả vào chỗ đất khô, lại rắc tro quanh thân ruồi để rút hết nước, nhờ đó ruồi được sống. Ông làm như thế đã lâu ngày, cứu sống được rất nhiều ruồi. Về sau, ông bị vu cáo tội ăn trộm nhưng không làm sao tự biện bạch được. Lúc đã thành án, vị quan phụ trách hình sự chuẩn bị phê duyệt án tử hình ông, bỗng ruồi ở đâu bay đến bám đầy lên ngọn bút, không thể viết được. Đuổi đi rồi chúng lập tức quay trở lại, nhiều lần như vậy nên không sao đặt bút phê án. Nhân đó vị quan chợt nghĩ lại, ngờ rằng án này có sự oan khuất, liền tra hỏi kỹ mới biết là ông bị vu cáo. Quan cho đòi những kẻ đã vu oan cho ông đến, quát hỏi một lần thì chúng nhận tội ngay, liền thả ông về. Ôi, chuyện này thật lạ lùng biết bao!

Về việc cứu ba ba, là chuyện một nữ tỳ hầu hạ trong nhà họ Trình. Hai vợ chồng chủ nhà đều thích ăn thịt ba ba, một hôm tình cờ bắt được con ba ba rất lớn, có việc đi ra ngoài liền dặn dò nữ tỳ ở nhà làm thịt ba ba. Khi ấy, nữ tỳ suy nghĩ thấy tự tay mình đã giết không biết bao nhiêu con ba ba, nay thấy con ba ba lớn này rất muốn thả ra, cho dù bị chủ đánh chửi cũng cam chịu. Nghĩ rồi liền mang ba ba ra hồ thả. Hai vợ chồng chủ nhà trở về hỏi thịt ba ba, nữ tỳ liền nói đã lỡ để chạy mất. Do đó mà bị đánh đập rất đau đớn.

Về sau, nữ tỳ ấy mắc phải bệnh dịch, đến lúc nguy kịch sắp chết, chủ nhà sai người mang bỏ nơi một căn lều bên bờ nước, nằm đó chờ chết. Giữa đêm bỗng có một con vật từ trong hồ bò lên, mang bùn ẩm trong hồ đến bôi lên thân thể nữ tỳ, nhân đó cô liền cảm thấy mát mẻ, tật bệnh tiêu mất. Chủ nhà thấy cô khỏi bệnh không chết lấy làm quái lạ, tra hỏi, cô liền đem sự thật kể lại nhưng chủ nhà không tin. Đêm đó liền lén rình xem, quả nhiên nhìn thấy đúng là con ba ba lớn ngày trước cô nữ tỳ đã thả đi mất. Cả nhà họ Trình đều kinh sợ, từ đó vĩnh viễn không ăn thịt ba ba nữa.

Mua vật sắp chết nơi lò mổ, Trương Đề Hình chết sinh cõi trời. Đổi mạng sống cá tôm trên thuyền chài, Lý Cảnh Văn được giải độc đan sa.

Giảng rộng:

Mua vật sắp chết là nói chuyện Trương Đề Hình thường đến nơi lò mổ, bỏ tiền mua những con vật sắp bị giết mà thả ra. Sau đến lúc sắp chết, ông nói với người nhà: "Ta làm việc phóng sinh, tích đức sâu dày, nay cõi trời có người đến đón, ta sắp sinh lên đó." Nói rồi thản nhiên mà qua đời.

Đổi mạng cá tôm trên thuyền chài là chuyện Lý Cảnh Văn, thường đến chỗ những người chài lưới, mua hết những cá tôm họ bắt được rồi mang thả xuống sông. Lý Cảnh Văn ưa thích sử dụng đan dược, thường dùng đan sa luyện qua lửa mà ăn, tích tụ nhiệt nóng trong người lâu ngày thành bệnh, mọc nhọt trên lưng, thuốc men đều không chữa khỏi. Cảnh Văn trong lúc mê man không biết gì bỗng cảm thấy như có cả một bầy cá dùng nước bọt thoa lên chỗ nhọt độc, trong người liền thấy mát mẻ sảng khoái, tỉnh dậy liền khỏi bệnh. Câu chuyện này cũng thuộc loại tương tự như chuyện ba ba báo ơn nữ tỳ cứu mạng.

Tôn Lương Tự cứu mối nguy giam nhốt, lúc mai táng có bầy chim đến giúp. Huyện lệnh Phan cấm bắt cá ở sông hồ, lúc chuyển đi tôm cá khóc đưa.

Giảng rộng:

Cứu mối nguy giam nhốt là nói chuyện Tôn Lương Tự, mỗi khi thấy chim chóc bị người bắt giam nhốt đều bỏ tiền mua để thả cho bay đi. Sau đến lúc chết, nhà nghèo quá không biết làm sao tổ chức việc mai táng cho ông, bỗng có bầy chim hàng trăm con kéo đến, cùng nhau ngậm bùn đắp mộ cho ông, những người trông thấy ai cũng cho là chuyện lạ. Đó là do lòng từ ái cảm động loài vật mà thành như vậy.

Cấm bắt cá ở sông hồ là nói chuyện quan huyện lệnh họ Phan, lúc đương quyền có ban lệnh cấm không cho người dân bắt cá tôm ở sông hồ trong vùng ông cai quản, những người vi phạm đều bị trị tội. Sau đến lúc ông thuyên chuyển đi nơi khác, cá tôm trong nước đều trồi lên phát tiếng kêu khóc lớn, hệt như người khóc cha mẹ chết, người người đều nghe thấy, ai cũng cho là chuyện quái lạ.

Đại sư Tín phá trừ tục giết vật hiến tế, ban điềm lành trời đổ mưa lớn. Tổ Tào Khê mở lưới thợ săn, đạo từ bi truyền khắp nơi nơi.

Giảng rộng:

Phá tục hiến tế là nói chuyện Đại sư Tín gặp lúc trời nắng hạn, thấy dân quê mê muội theo lệ cũ muốn giết vật hiến tế để cầu mưa, Đại sư xót thương cho sự mê muội ấy nên liền dạy rằng: "Nếu các người chịu thả những con vật tế ra đừng giết, ta sẽ vì các người mà cầu mưa." Người dân đồng ý làm theo. Đại sư chí thành cầu nguyện, trời liền đổ mưa rất lớn, nhân đó người người ở khắp xa gần đều được ngài cảm hóa.

Mở lưới thợ săn là nói chuyện Lục tổ sau khi nhận tâm

ấn từ Ngũ tổ ở Hoàng Mai, vẫn làm người thế tục đến sống với một nhóm thợ săn. Thợ săn giao cho ngài giữ lưới, ngài nhân lúc bọn họ vắng mặt liền xem trong lưới có mang, thỏ... các loại, con nào thả được liền lập tức thả ngay. Như vậy trải qua đến 16 năm. Sau ngài đến đạo trường Tào Khê, rộng độ chúng đệ tử thuộc đủ mọi thành phần, giáo pháp truyền lại phân thành năm tông,[1] lợi lạc đến muôn đời sau.

Hoàng tước được cứu ngậm vòng ngọc báo ơn, chồn xuống giếng truyền thuật trả nghĩa.

Giảng rộng:

Hoàng tước ngậm vòng ngọc, là nói chuyện Dương Bảo thuở thiếu thời có lần thấy một con chim hoàng tước bị chim cắt rượt vồ bị thương nặng rơi xuống đất, lại bị kiến bâu lại cắn. Dương Bảo liền mang chim về nuôi, dùng thuốc trị thương, đợi vừa khỏi hẳn thì thả cho bay đi. Đêm hôm ấy ông nằm mộng thấy một bé trai mặc áo vàng đến bái tạ, biếu tặng bốn cái vòng ngọc, nói rằng: "Tôi là sứ giả của Vương Mẫu, nhờ ơn ông cứu mạng, xin nguyện cho ông về sau con cháu đều liêm khiết thanh bạch, làm quan đến tước Tam công, bền đẹp như những chiếc vòng ngọc này." Sau quả nhiên con cháu của Dương Bảo trải qua bốn đời đều được sang quý hiển vinh.

---

[1] Lục tổ Huệ Năng có rất nhiều cao đồ, nhưng trong số đó đặc biệt có hai vị lập tông là Nam Nhạc Hoài Nhượng (南岳懷讓) và Thanh Nguyên Hành Tư (青原行思). Truyền thừa từ hai vị này về sau phân thành năm tông lớn là: 1. Quy Ngưỡng tông, do hai Thiền sư khai lập là Quy Sơn Linh Hựu (771-853) và môn đệ Ngưỡng Sơn Huệ Tịch Thiền sư (807-883 hoặc 813/814-890/891); 2. Lâm Tế tông, do Thiền sư Lâm Tế Nghĩa Huyền (?-866) khai sáng; 3. Tào Động tông, do hai Thiền sư khai sáng, đó là Động Sơn Lương Giới (807-869) và Tào Sơn Bản Tịch (840-901); 4. Vân Môn tông, được Thiền sư Vân Môn Văn Yển (864-949), môn đệ của Tuyết Phong Nghĩa Tồn Thiền sư thành lập; 5. Pháp Nhãn tông, do Thiền sư Pháp Nhãn Văn Ích (885-958) thành lập (trước đó tông này cũng được gọi là Huyền Sa tông, gọi theo tên của Thiền sư Huyền Sa.

Chồn xuống giếng, đó là nói chuyện xưa có một ông tăng giả danh, tánh tình bất lương, nghe nói vị thuốc hoàng tinh có thể giúp người trường thọ, muốn thử nghiệm xem có đúng thật không. Ông ta liền bỏ hoàng tinh xuống giếng cạn, rồi lừa một người kia xuống giếng, dùng cái mâm cối xay lớn bằng đá đậy lên miệng giếng. Người kia bị nhốt trong giếng hoảng hốt không biết làm sao, bỗng thấy có một con chồn chui xuống giếng, nói rằng: "Ông đừng sợ, tôi sẽ truyền cho ông một thuật này. Loài chồn chúng tôi có thuật thông thiên, thường ở giữa mộ người đào lỗ chui xuống, rồi nằm trong mộ chăm chú nhìn lên giữa miệng lỗ, lâu ngày ắt có thể bay ra khỏi mộ. Trong sách của đạo tu tiên nói rằng 'thần trí có thể bay được', chính là nói đến chuyện này. Nay ông có thể học làm theo thuật ấy bằng cách chăm chú nhìn lên lỗ trống ở giữa cái mâm cối xay. Tôi trước đây từng bị thợ săn bắt được, nhờ ông bỏ tiền ra cứu mạng tôi, nên hôm nay đến đây để báo ơn."

Người kia tin lời con chồn, chú tâm làm theo, khoảng hơn mười ngày thì quả nhiên bay được ra khỏi giếng, thoát nạn. Lão tăng bất lương mừng lắm, cho rằng đó là nhờ công hiệu của vị thuốc hoàng tinh. Ông ta liền từ biệt mọi người mang theo một số hoàng tinh xuống giếng, dặn mọi người bịt giếng lại, qua một tháng sẽ mở ra xem. Đúng ngày, người ta mở giếng ra xem thì ông ta đã chết. Ông ta không biết rằng, trước đó người kia thoát ra khỏi giếng được vốn là nhờ sự giúp sức của con chồn. Thật đáng thương thay!

> *Cho đến vật thân tàn được cứu, sau cũng bò trên vách nghe kinh. Gặp cảnh khốn mong cầu được sống, vật hiện hình người áo vàng báo mộng.*

Giảng rộng:

Vật bò trên vách nghe kinh, đó là chuyện có lần tôi[1] ghé ngụ ở một am kia, thấy người bắt rất nhiều rết, dùng thanh tre cong ghim dính đầu vào đuôi, tôi liền mua để thả ra, nhưng hầu hết bị thương tổn đều đã lừ đừ sắp chết, chỉ duy nhất có một con còn đủ sức hối hả bò đi.

Về sau, có lần tôi đang ngồi với một người bạn lúc đêm tối, bỗng thấy trên tường có một con rết, liền dùng cây thước gỗ gõ mạnh gần đó để xua nó đi, nhưng nó không chịu đi. Tôi liền nói: "Phải chăng ngươi chính là con rết ta đã thả trước đây? Ngươi đến tạ ơn ta đó chăng? Nếu đúng vậy, ta sẽ vì ngươi thuyết pháp, ngươi hãy lắng nghe đừng vội đi."

Khi ấy, tôi giảng với nó rằng: "Hết thảy chúng sinh hữu tình đều do tâm tạo tác. Tâm tàn nhẫn thì hóa thành hổ báo, chó sói. Tâm độc ác thì hóa thành rắn rết, bọ cạp. Nếu ngươi có thể bỏ được tâm độc ác, ắt có thể thoát khỏi được thân hình hiện nay."

Tôi giảng xong liền bảo nó đi đi. Nó nghe lời, không cần phải xua đuổi, tự nhiên từ từ bò ra khỏi song cửa sổ mà đi. Người bạn tôi khi ấy thấy hết mọi việc, hết sức kinh ngạc, cho là chuyện lạ lùng ít có. Chuyện này xảy ra vào niên hiệu Long Khánh năm thứ tư.[2]

Về việc người áo vàng báo mộng, đó là chuyện ở ngoại thành Hàng Châu, có một nhà nọ hàng xóm bị mất trộm, đứa con gái [đã lấy chồng] nghe tin về thăm, mua cho mẹ mười con lươn để làm quà. Bà mẹ mang lươn bỏ vào chum rồi quên mất. Đêm nọ, bà nằm mộng thấy có mười người mặc áo vàng, đội mũ nhọn, đến quỳ trước mặt bà xin tha mạng. Tỉnh dậy trong lòng sinh nghi, chẳng biết chuyện gì, bà liền đi xem bói. Thầy bói nói: "Có vật sống đang cầu xin bà thả ra."

---

[1] Tức Đại sư Liên Trì tự xưng.

[2] Tức là năm 1570, đời vua Minh Mục Tông. Đại sư vào năm ấy 38 tuổi, sang năm sau mới đến núi Vân Thê, Hàng Châu.

Bà về lục soát khắp trong nhà, mới thấy lươn trong chum, đếm vừa đúng mười con. Bà kinh hãi, lập tức mang thả hết đi. Chuyện này xảy ra vào niên hiệu Vạn Lịch năm thứ 9.[1]

Những sự bố thí đều có phước báo, mọi việc rõ ràng, không phải không chứng cứ.

Giảng rộng:

Những người làm việc phóng sinh, hoặc được thêm phúc lành, hoặc được tăng tuổi thọ, hoặc tránh được tai nạn, hoặc tật bệnh tiêu trừ, hoặc sinh về cõi trời, hoặc chứng đắc đạo quả, tùy theo sự bố thí khác nhau mà được phước báo, hết thảy đều có chứng cứ rõ ràng. Tuy nhiên, làm việc thiện thì chiêu cảm điều lành chỉ là chuyện tất nhiên, người có tâm tu thiện lẽ nào lại mong chờ phước báo? Không mong đợi phước báo mà phước báo tự đến, lẽ nhân quả là như vậy, người phóng sinh cần phải biết.

Hoặc được ghi chép trong sách vở, hoặc rõ ràng tai nghe mắt thấy.

Giảng rộng:

Những sự việc được dẫn ra trên đây, chuyện đã qua thì được ghi chép trong sách vở, có nguồn gốc chứng cứ, chuyện gần đây thì rõ ràng tai nghe mắt thấy, có nhiều người cùng thấy cùng nghe. Khảo xét chuyện đời xưa, chứng nghiệm chuyện đời nay, nhất định không thể là hư dối sai lệch.

Nguyện cho tất cả mọi người mỗi khi nhìn thấy vật [mạng sắp bị giết hại] đều phát tâm từ bi, xả bỏ tài sản không bền chắc để thực hành phương tiện cứu giúp.

Giảng rộng:

---

[1] Tức là năm 1581, vào đời vua Minh Thần Tông.

Câu văn này rộng khuyên tất cả người đời nên phát tâm từ bi, xả bỏ tài sản ở thế gian để thực hành những phương tiện cứu giúp muôn loài.

Nói tài sản không bền chắc, là vì tài sản thế gian có thể bị lũ lụt cuốn trôi, có thể bị hỏa tai thiêu rụi, có thể bị vua quan tịch thu, có thể bị giặc cướp cướp mất, thật mong manh vô thường, không phải là loại tài sản bền chắc. Nay xả bỏ loại tài sản không bền chắc ấy để làm việc phúc đức, chính là đổi tài sản không bền chắc để có được tài sản bền chắc.

Nếu là người không có tiền bạc, chỉ cần phát tâm từ bi đối với muôn loài, đó cũng là tạo được phúc đức. Hoặc khuyên bảo khuyến khích người khác làm việc phóng sinh, hoặc nhìn thấy người khác phóng sinh thì ngợi khen, tán thán, vui mừng theo với việc làm ấy, khiến cho tâm niệm lành của họ càng thêm tăng trưởng, đó cũng là tạo được phúc đức.

Nếu bảo vệ được nhiều mạng sống, ắt tích chứa âm đức lớn lao, nhưng dù chỉ cứu sống được một con sâu nhỏ, đó cũng là việc thiện.

Giảng rộng:

Người có khả năng thì ra tay cứu sống nhiều vật mạng, tất nhiên được âm đức lớn lao. Đến như người không có khả năng, dù chỉ cứu sống một con sâu nhỏ, cũng là việc thiện. Đừng cho rằng việc thiện nhỏ không mang lại lợi ích nên không làm. Người đời không hiểu được lý lẽ này, nên thường chọn những loài nhỏ bé để có thể mua được nhiều con mà phóng sinh, đối với những con vật to lớn thì dù gặp nó sắp chết giữa đường cũng đưa mắt nhìn rồi đi qua. Như thế chỉ là tham muốn phúc đức cho bản thân mình, không phải là thương xót nỗi khổ của chúng sinh. Tâm địa như thế thì phước báo hết sức nhỏ nhoi, phải hết sức cẩn thận, không nên suy nghĩ theo cách như vậy!

Ngày ngày đều thêm việc thiện, tháng tháng tích lũy càng nhiều, thực hành càng rộng thì phước báo càng cao.

Giảng rộng:

Việc thiện không phân biệt lớn nhỏ, quý nhất ở chỗ có thể kiên trì thực hiện lâu dài. Ngày ngày đều có tăng thêm thì tháng tháng đều có sự tích lũy. Việc thiện nhiều, tất nhiên phạm vi làm thiện càng mở rộng, thực hành càng rộng thì phước báo càng cao.

Lòng từ phủ khắp nhân gian, tiếng lành cảm thông thiên giới.

Giảng rộng:

Khởi tâm từ làm việc thiện lâu dài, công đức tích lũy sâu rộng nên khắp cõi người đều hay biết. Lòng người đã kính phục tin theo, ắt lòng trời cũng yêu cũng quý. Có người cho rằng, trời cao lồng lộng mênh mang xa tít, làm sao có thể cảm thông với việc làm ở cõi người? Đó là họ không biết rằng, các vị Thiên vương vào những ngày Lục trai[1] đều xem xét khắp nhân gian, tất cả việc thiện đều biết, tất cả những việc xấu ác đều thấy rõ. Hơn nữa, người tu theo mười nghiệp lành thì cõi trời được ưu thế, người làm mười nghiệp ác thì a-tu-la được ưu thế, nên Thiên đế lúc nào cũng muốn người làm điều thiện.[2] Chỉ cần có một người làm việc thiện, các vị thần vương liền lập tức báo lên Thiên đế. Những điều này trong Kinh điển có ghi

---

[1] Lục trai: là những ngày mồng 8, 14, 15, 23, 29 và 30 (tháng thiếu là 28 và 29). Theo kinh Tứ Thiên vương thì vào những ngày đó, Tứ Thiên vương xem xét việc lành dữ ở cõi người. Một số người nguyện ăn chay mỗi tháng 6 ngày vào các ngày này, nên gọi là Lục trai.

[2] Vì người làm thiện sinh lên cõi trời thì chư thiên đông đảo. Người làm ác sinh vào cõi a-tu-la thì a-tu-la càng đông hơn. A-tu-la vẫn thường xuyên gây chiến với chư thiên nên Thiên đế lúc nào cũng muốn có nhiều người sinh lên cõi trời mà không muốn có người sinh vào cõi a-tu-la.

chép rõ ràng, không phải nói theo suy đoán.

Rửa sạch trong lòng không oán cừu nghiệp chướng, phước lành tụ hội trong đời này; vun bồi tưới tẩm căn lành, an vui còn mãi đến đời sau.

Giảng rộng:

Không giết hại, chỉ làm việc phóng sinh, đối với muôn loài không có oán cừu. Không chỉ được an vui trong đời hiện tại, mà nhờ căn lành này nên trong nhiều đời sau cũng sẽ được sống lâu hưởng phúc lâu dài, cho đến tương lai trọn thành quả Phật, hết thảy muôn loài chúng sinh hữu tình đều kính phục nương theo, như thế đều là những an vui còn mãi đến đời sau.

Nếu được thì [khi phóng sinh] nên niệm Phật trợ lực, tụng đọc Kinh điển.

Giảng rộng:

Gặp sinh mạng [sắp chết] có thể ra tay cứu sống, tuy là công đức hiền thiện, nhưng như thế chỉ cứu được cái thân xác thịt của chúng sinh, không giúp ích được cho sinh mạng trí tuệ sẵn có trong mỗi chúng sinh ấy. Vì thế, [trong khi làm việc phóng sinh] rất nên xưng niệm hồng danh đức Phật A-di-đà, vốn có đủ muôn vạn đức tốt, và cung kính trì tụng các phẩm Kinh điển Đại thừa. Tuy nhiên, cứu vật phóng sinh phải làm gấp rút như cứu lửa, nên việc trì tụng Kinh điển rất bất tiện, chỉ có thể dùng pháp niệm Phật [mới thật khả thi], giúp ích được những con vật được phóng sinh. Nếu đã mua được vật sống rồi lại để qua đêm, chờ sáng mới thả, hoặc sáng sớm mua về, đến sau trưa vẫn còn giam giữ, chờ đợi thiết lập đạo trường, tụ tập kẻ nam người nữ, kéo dài thời gian như thế ắt vật mạng chịu không nổi phải chết đi phần lớn. Làm việc phóng sinh mà như thế chỉ là hư rỗng, không thật lòng.

> *Nên vì những con vật được thả ra mà hồi hướng công đức, nguyện cho chúng sau khi chết sẽ được sinh về Tây phương Cực Lạc, vĩnh viễn thoát khỏi ba đường ác.*

Giảng rộng:

Nhờ công đức niệm Phật, nguyện cho các con vật được phóng sinh một khi chấm dứt đời sống hiện tại sẽ được vãng sinh về thế giới Tây phương Cực Lạc, được hóa sinh từ hoa sen, đạt quả vị không còn thối chuyển, vĩnh viễn xa lìa các đường ác, mãi mãi chấm dứt vòng luân chuyển khổ đau.

Ba đường ác, đó là nói trong sáu đường luân hồi thì có ba đường là xấu ác: địa ngục, ngạ quỷ và súc sinh.[1]

> *Được như thế ắt tâm lượng càng thêm lớn lao, cội đức càng sâu hơn nữa.*

Giảng rộng:

Thấy sự khổ não của chúng sinh [sắp chết] mà ra tay làm việc phóng sinh, thì đối với người sẵn có tâm lành sẽ nuôi lớn thành tâm Bồ-đề lớn lao hơn nữa, cho nên nói là "càng thêm lớn lao".

Phóng sinh ắt được phước báo, đối với người đã gieo trồng phước đức thế gian, ắt nay thành đức hạnh xuất thế, cho nên nói là "càng sâu hơn nữa".

> *Nhờ đó nhanh chóng thành tựu đạo nghiệp, được sinh về chín phẩm đài sen cõi Phật.*

Giảng rộng:

---

[1] Ba cảnh giới còn lại là cõi trời, cõi người và cõi a-tu-la, do không có quá nhiều khổ đau như ba đường ác, lại có điều kiện cho sự tu tập tăng tiến, nên được xem là những cảnh giới lành.

Tâm lượng lớn lao, cội đức sâu vững, việc ấy làm sao suy nghiệm để biết? Nói chung, làm việc lợi tha chính là tâm hạnh của Bồ Tát. Thực hành pháp phóng sinh này để hỗ trợ thêm cho sự nghiệp tu tập đạo pháp, ắt sẽ như thuyền buồm thuận gió, nhanh chóng thẳng đến bờ bến là Niết-bàn. Trong ba phước lành của nghiệp thanh tịnh thì việc nuôi dưỡng tâm từ không giết hại là cao quý nhất. Nay đã có thể giữ giới không giết hại, lại thêm làm việc phóng sinh; đã có thể làm việc phóng sinh, lại thêm dùng Chánh pháp cứu chúng sinh [sau khi chết] được sinh về Tịnh độ; người dụng tâm tu tập được như thế, một khi đã trọn hết báo thân này, quyết định sẽ được sinh về chín phẩm đài sen nơi Cực Lạc, điều đó không còn nghi ngờ gì nữa.

Nay xin rộng khuyên hết thảy người đời, mong đừng vì thấy bản thân tôi đức hạnh mỏng manh, thân phận nhỏ nhoi mà ngờ vực không tin nhận.

Nghi thức phóng sinh

Nghi thức này căn cứ theo bản văn cũ của Pháp sư Lễ[1] ở Tứ Minh, có đôi chút thêm bớt cho giản tiện, dễ thực hành. Về cuối có thêm vào phần thay cho những con vật được phóng sinh mà phát nguyện vãng sinh, lại thêm phẩm Thập hồi hướng trong kinh Hoa Nghiêm vào để kết thúc, lấy ý nghĩa là trước hết cầu sinh về thế giới Cực Lạc của đức Phật A-di-đà, sau đó thể nhập vào Hoa tạng huyền môn của đức Phật Tì-lô-giá-na.[2]

Thêm nữa, vào mùa nắng nóng thì vừa bắt đầu lễ phóng sinh có thể tụng niệm theo nghi thức này, vừa xong thì phóng sinh. Khi có người tiếp tục đến phóng sinh nữa, chỉ cần niệm chú Đại bi một lần, chú Vãng sinh ba lần, rồi vừa xưng niệm hồng danh Phật A-di-đà vừa thả vật đi, không cần phải hết sức nghiêm túc theo nghi thức chỉnh tề, kéo dài thời gian sẽ tổn hại vật mạng. Nếu có người lại tiếp tục đến, cũng thực hiện giản lược như vậy.

Tại nơi phóng sinh, bày hương án trang nghiêm, có cành dương và nước sạch. Những người tham gia phóng sinh đều phát khởi tâm từ, dùng ánh mắt từ hòa mà nhìn những con vật được phóng sinh, trong tâm quán niệm đến sự chìm đắm luân hồi của chúng, liền khởi lòng thương xót sâu xa, rồi lại quán niệm Tam bảo có oai lực hết sức lớn lao, có thể cứu thoát khổ nạn cho chúng.

---

[1] Tức Tổ sư đời thứ 17 của tông Thiên Thai, thường được tôn xưng là Tứ Minh Tri Lễ Đại sư (四明知禮大師), Tứ Minh Tôn giả (四明尊者) hay Tứ Minh Đại Pháp sư (四明大法師). Ngài sinh năm 960, viên tịch năm 1028, quê ở Tứ Minh thuộc huyện Ngân, tỉnh Chiết Giang.

[2] Phiên âm từ Phạn ngữ Mahā Vairocana Buddha, danh xưng dịch nghĩa là Đại Nhật Như Lai.

Quán niệm như vậy rồi, tay bưng chén nước, trong tâm thầm niệm:

"Nhất tâm phụng thỉnh Thập phương Từ phụ Quảng Đại Linh cảm Quán Thế Âm Bồ Tát, xin giáng lâm đạo tràng, gia trì cho chén nước này có đủ công năng lớn lao, vừa rảy lên thân thể chúng sinh vật loại liền khiến cho chúng đều được thanh tịnh thân tâm, đủ sức lắng nghe Chánh pháp nhiệm mầu."

Nguyện thầm như vậy rồi, liền bắt đầu tụng thần chú Đại bi một lượt, sau đó dùng nước sạch trong chén ấy rảy lên thân thể những con vật được phóng sinh ba lần. Tiếp đến hai tay nâng lư hương cung kính bạch rằng:

"Ngưỡng bạch Thập phương Tam bảo, Bổn sư Thích-ca, Từ phụ Di-đà, Như Lai Bảo Thắng, Bồ Tát Quán Âm, Trưởng giả tử Lưu Thủy, Thiên Thai, Vĩnh Minh cùng các bậc Đại sĩ... xin nguyện các ngài từ bi chứng biết và hộ niệm cho. Hôm nay có các loài chúng sinh hoặc bay trên không trung, hoặc sống trên đất liền, hoặc lặn dưới sông nước, bị người khác đặt bẫy giăng lưới bắt được, sắp phải rơi vào chỗ chết, chúng con là tỳ-kheo (hoặc tỳ-kheo ni)... ... *(khấn pháp hiệu)*... cùng các thiện nam tín nữ là... ... *(khấn tên họ, pháp danh những người tham gia phóng sinh)*... ... nhìn thấy như vậy liền khởi tâm tu theo hạnh Bồ Tát, phát tâm từ bi, gieo nhân lành trường thọ, thực hành phóng sinh, bỏ tiền chuộc lấy thân mạng của những chúng sinh này, trả chúng về đời sống tự do, cùng vâng làm theo Kinh điển Phương đẳng Đại thừa, giúp cho chúng được thọ pháp Tam quy, xưng niệm mười danh hiệu Phật, lại vì chúng giảng thuyết Giáo pháp Mười hai nhân duyên. Chỉ vì các loài chúng sinh này tội chướng sâu nặng, thần thức si mê hôn ám, nên ngưỡng cầu Tam bảo oai đức gia trì, xót thương tiếp độ."

Tiếp đó lại bạch rằng:

"Hôm nay những chúng sinh có mặt ở đây đều xin quy y Phật, quy y Pháp, quy y Tăng." (Lặp lại ba lần)

"Hôm nay những chúng sinh có mặt ở đây đều đã quy y Phật, đã quy y Pháp, đã quy y Tăng." (Lặp lại ba lần)

"Từ nay về sau, những chúng sinh hôm nay đã quy y Tam bảo, trở thành Phật tử, thờ Phật làm thầy, vĩnh viễn không quy y tà ma ngoại đạo." (Lặp lại ba lần)

"Hết thảy các Phật tử[1] đã quy y Tam bảo, nay chúng tôi sẽ vì quý vị mà xưng tụng mười danh hiệu của đức Như Lai Bảo Thắng, nhờ công đức ấy khiến cho quý vị sau khi được nghe rồi sẽ giống như mười ngàn con cá [trước đây được Trưởng giả tử Lưu Thủy cứu sống, sau khi mạng chung sẽ được] sinh về cõi trời, không hề khác biệt."

Tất cả những người tham gia phóng sinh đồng niệm:

"Nam mô Bảo Thắng Như Lai, Ứng cúng, Chánh biến tri, Minh hạnh túc, Thiện thệ, Thế gian giải, Vô thượng sĩ Điều ngự trượng phu, Thiên nhân sư, Phật, Thế Tôn." (Lặp lại ba lần)

Sau đó, [vị chủ lễ] thuyết pháp với những con vật được phóng sinh:

"Này các Phật tử, hôm nay tôi sẽ vì quý vị mà thuyết giảng giáo pháp Mười hai nhân duyên, chỉ rõ các tướng sinh, tướng diệt, giúp cho quý vị thấu hiểu được pháp sinh diệt, chứng ngộ được pháp không sinh diệt, đồng như chư Phật, chứng Đại Niết-bàn. Đó là: Vô minh duyên theo hành, hành duyên theo thức, thức duyên theo danh sắc, danh sắc duyên theo sáu nhập, sáu nhập duyên theo xúc, xúc duyên theo cảm

---

[1] Nói với tất cả những con vật được phóng sinh, vì vừa rồi đã giúp chúng thọ Tam quy, trở thành Phật tử.

thụ, cảm thụ duyên theo ái luyến, ái luyến duyên theo chấp thủ, chấp thủ duyên theo hữu, hữu duyên theo sinh, sinh duyên theo già chết, ưu bi khổ não. Như vậy, khi vô minh diệt mất thì hành diệt theo, hành diệt mất thì thức diệt theo, thức diệt mất thì danh sắc diệt theo, danh sắc diệt mất thì sáu nhập diệt theo, sáu nhập diệt mất thì xúc diệt theo, xúc diệt mất thì cảm thụ diệt theo, cảm thụ diệt mất thì ái luyến diệt theo, ái luyến diệt mất thì thủ diệt theo, thủ diệt mất thì hữu diệt theo, hữu diệt mất thì sinh diệt theo, sinh diệt mất thì già chết, ưu bi khổ não đều diệt theo.”

Thuyết pháp xong, lại nói:

“Này các Phật tử, nay tôi y theo Kinh điển Đại thừa, đã trao cho quý vị Tam quy, đã vì quý vị xưng niệm Mười danh hiệu Phật, cũng đã thuyết giảng cho quý vị nghe xong giáo pháp Mười hai nhân duyên. Bây giờ tôi sẽ vì quý vị mà đối trước Tam bảo phát lộ mọi tội lỗi trong quá khứ, chí thành cầu xin sám hối, nguyện cho bao nhiêu tội lỗi nghiệp chướng của quý vị, trong một niệm đều hết thảy tiêu trừ, được sinh về cảnh giới lành, được gần Phật nhận lời thọ ký. Quý vị nên hết sức chí thành cùng nương theo những lời sám hối sau đây.”

Tiếp đọc lời sám hối:

“Xưa nay con tạo bao nghiệp ác,
Đều do muôn kiếp tham, sân, si.
Từ thân, miệng, ý khởi sinh ra,
Hết thảy con nay xin sám hối.”

(Lặp lại ba lần)

Nam mô Thanh Lương Địa Bồ Tát. (Ba lần)

“Nguyện cho tất cả quý vị từ sau khi được phóng sinh rồi, vĩnh viễn không gặp ác ma, không bị ăn nuốt, không sa vào lưới bẫy, được sống đời thong dong tự tại, hưởng trọn tuổi trời. Sau khi mạng chung thì nương nhờ oai lực Tam bảo cùng nguyện lực từ bi của đức Như Lai Bảo Thắng, hoặc sinh về cõi trời Đao Lợi, hoặc sinh ra trong cõi nhân gian, đều biết tu hành, giữ theo giới luật, không quay trở lại làm việc ác như xưa, đem tâm thành tín niệm Phật, được tùy nguyện vãng sinh."

Tiếp đó cầu nguyện cho những người phóng sinh:

"Lại nguyện cho các đệ tử tham gia việc phóng sinh hôm nay là... ... *(khấn tên họ, pháp danh những người tham gia phóng sinh)...* ... từ nay về sau hạnh nguyện Bồ-đề được tăng trưởng, sáng suốt trong từng niệm tưởng, cứu khổ chúng sinh như cứu chính mình. Nhờ nhân duyên ấy được sinh về Tây phương Cực Lạc,[1] được gặp đức Phật A-di-đà và các vị Thánh chúng, chứng đắc pháp nhẫn vô sinh, hóa hiện phân thân nhiều như số hạt bụi nhỏ, rộng độ hết thảy chúng sinh hữu tình đều được thành Chánh giác."

Tất cả đại chúng đồng thanh tụng niệm phẩm Hồi Hướng trong kinh Hoa Nghiêm, cùng thần chú Vãng sinh Tịnh độ.

"Kinh Đại Phương Quảng Phật Hoa Nghiêm, phẩm Thập Hồi Hướng. Tùy thuận kiên cố hồi hướng hết thảy căn lành.[2]

"Phật tử, Đại Bồ Tát, khi sinh làm vị Đại quốc vương, đối với Chánh pháp thông hiểu tự tại, rộng làm theo lời dạy của Phật, khiến cho trong cõi nước được dứt trừ nghiệp giết hại. Khắp trong cõi Diêm-phù-đề, những nơi thành ấp, xóm làng, đều ban lệnh cấm hết thảy mọi sự giết mổ. Đối với muôn

---

[1] Nguyên tác dùng An Dưỡng, là một tên khác của cõi Tây phương Cực Lạc.

[2] Nội dung từ sau đoạn này trở xuống cho đến phần tụng thần chú Vãng sinh được trích nguyên văn từ kinh Đại Phương Quảng Phật Hoa Nghiêm (大方 廣佛華嚴經), quyển 27, phẩm Thập hồi hướng (phẩm thứ 25), phần thứ 5, bản Hán dịch của ngài Thật-xoa-nan-đà. Kinh này được xếp vào Đại Chánh tạng thuộc Tập 10, kinh số 279. Phần kinh văn trích dẫn này bắt đầu từ trang 149, tờ b, dòng thứ 16.

loài chúng sinh dù là những loài không có chân, hoặc có hai chân, bốn chân hoặc nhiều chân, đều ban cho sự an ổn không sợ sệt, không hề khởi tâm muốn cướp đoạt [mạng sống của chúng]. Rộng tu hết thảy hạnh nguyện Bồ Tát, ban rải đức nhân từ đến muôn loài vật, không làm những việc xâm hại não loạn, phát khởi tâm nhiệm mầu quý báu đem sự an ổn đến cho mọi chúng sinh. Đối trước chư Phật khởi tâm mừng vui sâu xa cùng cực, thường tự mình trụ yên trong ba loại giới hạnh thanh tịnh, lại cũng khiến cho tất cả chúng sinh đều được trụ yên như vậy.

"Đại Bồ Tát khiến cho chúng sinh trụ yên trong Năm giới, vĩnh viễn dứt trừ không làm việc giết hại, lại dùng căn lành đó hồi hướng như sau:

- Nguyện cho hết thảy chúng sinh đều phát tâm Bồ-đề, được đầy đủ trí tuệ, vĩnh viễn giữ được thọ mạng, không có lúc chấm dứt.

- Nguyện cho hết thảy chúng sinh sống lâu vô lượng kiếp, cúng dường hết thảy chư Phật, chuyên cần cung kính tu tập, cuối cùng càng được tăng thêm tuổi thọ.

- Nguyện cho hết thảy chúng sinh tu tập hành trì trọn đủ, lìa khỏi các pháp già chết, hết thảy tai nạn, chất độc đều không làm hại đến sinh mạng.

- Nguyện cho hết thảy chúng sinh thành tựu đầy đủ thân không tật bệnh, phiền não, được thọ mạng tự tại, có thể tùy ý sống trên đời.

- Nguyện cho hết thảy chúng sinh được thọ mạng vô tận, đến cùng kiếp trong tương lai, trụ yên trong hạnh nguyện Bồ Tát, giáo hóa điều phục hết thảy chúng sinh.

- Nguyện cho hết thảy chúng sinh luôn được tăng trưởng căn lành Thập lực trong suốt đời sống của mình.

- Nguyện cho hết thảy chúng sinh được trọn đủ căn lành, được đời sống vô tận, thành tựu trọn vẹn đại nguyện.

- Nguyện cho hết thảy chúng sinh đều được gặp chư Phật, cúng dường phụng sự, an trụ trong đời sống vô tận mà tu tập căn lành.

- Nguyện cho hết thảy chúng sinh từ chỗ của đức Như Lai khéo học được các môn học của mình, đạt được niềm vui từ Phật pháp, thọ mạng vô tận.

- Nguyện cho hết thảy chúng sinh được căn mạng thường còn không già, không bệnh, dũng mãnh tinh tấn thể nhập trí tuệ chư Phật.

"Như thế là Đại Bồ Tát trụ yên trong ba tụ tịnh giới, vĩnh viễn dứt trừ nghiệp giết hại, hồi hướng căn lành cho tất cả chúng sinh đều được đầy đủ Mười sức của Phật."

Tiếp theo trì tụng thần chú Vãng sinh ba lần. Tụng xong, vị chủ lễ tác bạch rằng:

"Chúng con hôm nay làm việc phóng sinh được bao nhiêu công đức, xin dùng để báo đáp rộng khắp bốn ơn nặng, lợi lạc đồng đều trong Ba cõi, nguyện cho hết thảy chúng sinh trong pháp giới đều được thành tựu trọn vẹn trí tuệ giải thoát. Nam-mô Thập phương tam thế nhất thiết chư Phật, nhất thiết chư Đại Bồ Tát, Ma-ha Bát-nhã ba-la-mật."

Lời nguyện sau khi phóng sinh

Sau khi hoàn tất việc phóng sinh, đến trước bàn thờ Phật, chí tâm lễ bái hình tượng Phật rồi khấn nguyện như sau:

"Đệ tử tên là... *(khấn tên họ, pháp danh)*..., xin đem hết tâm thành quy y đức Phật A-di-đà ở thế giới Tây phương Cực Lạc. Đệ tử vâng theo lời Phật dạy trước đây, hôm nay thực hành việc phóng sinh, được số lượng vật mạng là... ...*(kể ra số lượng)*... ...

Nhờ công đức này, xin nguyện cho đệ tử được tiêu trừ tội lỗi nghiệp chướng, giải trừ mọi oán thù oan trái, căn lành tu tập ngày càng tăng trưởng, đến phút lâm chung được thân tâm an ổn, chính niệm rõ ràng, nhờ ơn Phật tiếp dẫn sinh về cõi nước Cực Lạc, hóa sinh từ giữa hoa sen trong ao bảy báu, hoa nở liền được gặp Phật, chứng đắc pháp nhẫn vô sinh, được đầy đủ trí tuệ Phật, dùng thần lực lớn lao có thể khiến cho những chúng sinh được con phóng sinh, cùng tất cả vô số chúng sinh trong khắp mười phương, thảy đều được cứu độ giải thoát, thành đạo Vô thượng. Nay phát lời nguyện này, xin đức Phật từ bi xót thương tiếp nhận."

Phát nguyện như trên rồi, tiếp đó niệm danh hiệu Phật một trăm lần, hoặc ngàn lần hay vạn lần, nhiều ít tùy ý.

Kệ khuyên người từ bỏ rượu thịt[1]

Lời tựa

Những bài kệ này được biên soạn từ các Kinh điển Đại thừa, Tiểu thừa như: kinh Lăng-già, kinh Ương-quật, kinh Niết-bàn, kinh Tát-già-ni-kiền, kinh A-hàm, kinh Chánh pháp niệm, kinh Hoa Nghiêm thập trụ...

Nhân khi đọc qua [các kinh ấy], tôi trích soạn thành 100 bài kệ,[2] đặt tên là *"Kệ từ bỏ rượu thịt, tu tập trí tuệ từ bi"*, để trình bày với những ai còn chưa nghe biết, [làm được theo đúng như kệ này] cũng đủ để tự răn nhắc.

Mong sao những ai đủ lòng tin có thể dành thời gian thư thả đọc kỹ kệ này, suy xét sâu xa về những nghiệp hiện nay đang tạo ra mà hết sức kinh sợ về sự báo ứng trong tương lai, đâu dễ chịu đựng nổi những cực hình ngâm chảo nước đồng sôi, nuốt hòn sắt nóng!

---

[1] Nguyên tác ghi là "宋慈雲懺主遵式《戒酒肉慈慧法門偈》- Tống Từ Vân Sám chủ Tuân Thức 'Giới tửu nhục từ tuệ pháp môn kệ'" ('Kệ pháp môn từ bỏ rượu thịt, tu tập từ bi trí tuệ' của Từ Vân Sám chủ Tuân Thức đời Tống. Theo tra cứu của chúng tôi thì toàn văn trích dẫn ở đây được An Sĩ toàn thư trích lại từ Kim viên tập (金園集) của ngài Tuân Thức (遵式), tổng cộng có 3 quyển, bài này nằm ở quyển 3. Kim viên tập hiện còn được lưu giữ trong Vạn tục tạng, thuộc Tập 57, kinh số 950. Bài "Giới tửu nhục từ tuệ pháp môn kệ" này bắt đầu từ dòng thứ 12, trang 13, tờ a. Khi chuyển dịch chúng tôi có tham khảo toàn văn trong sách này và những Kinh điển được trích dẫn.

[2] Tuy nói là 100 bài kệ nhưng thực ra không có sự phân biệt rõ rệt.

Chính văn

Thành tâm kính lễ Phật, Pháp, Tăng,
Tam bảo lòng từ như biển rộng.
Con nay mong muốn y Chánh pháp,
Rộng khuyên hết thảy mọi chúng sinh:

Không giết hại ăn thịt muôn loài.
Cùng tích tụ nhân lành từ ái,
Được sống thọ dứt trừ bệnh khổ,
Trong tương lai quả Phật trọn thành.

Mười phương chư Phật, Đại Bồ Tát,
Thường vì cứu độ mọi chúng sinh,
Xả bỏ thân mạng cùng đầu, mắt,
Trải qua vô lượng vô số kiếp.

Khi làm vua, cắt thịt cứu chim ưng,
Lúc sinh làm rồng, xả thân cứu kiến.
Trưởng giả Lưu Thủy, cứu cá chết khô,
Bồ Tát bỏ thân, nuôi cọp đói lả.

Bao kiếp thường tu hành đạo từ,
Thành tựu sức từ bi, hiền thiện.
Chư Phật đã trừ mọi vọng tâm,
Chỉ còn duy nhất một tâm từ.

Người thường tu tập hạnh từ bi,
Không giết hại, ăn thịt muôn loài.
Ngưỡng nguyện sức oai thần chư Phật,
Đời đời vẫn thường luôn gia hộ.

Lời Phật dạy: Nếu giết chúng sinh,
Tức giết mẹ cha nhiều đời trước,

Hoặc như tự giết vợ, con mình,
Hoặc giết anh, chị, em trai, gái.
Hết thảy chúng sinh dù nam nữ,
Đều từng là cha, mẹ chúng ta.
Mỗi kiếp sinh ra từ thai bào,
Ta đều nhờ họ được thân thể.

Ta sinh làm mỗi loài súc sinh,
Xương cao như núi, máu như biển.
Lại mang thân mỗi loài như vậy,
Đều qua số kiếp không kể xiết.

Trôi lăn trong sáu đường luân hồi,
Thay đổi làm thân thuộc của nhau.
Cho nên giết vật để ăn thịt,
Nào khác gì ăn thịt cha mẹ?

Lại quán xét, có bao nhiêu thân xác,
Đều cũng đồng một bản thể như ta.
Xương thịt ta so với muôn loài,
Thật ra cũng là một xương thịt.

Cũng như phòng trước với bếp sau,
Vẫn đều gọi chung là nhà ta.
Nên biết những kẻ thường ăn thịt,
Chính là ăn nuốt tự thân mình.
Thế Tôn quán xét tạng Như Lai,
Thấy cảnh giới Phật và chúng sinh,
Chỉ là một cảnh giới, không hai,
Hết thảy xương thịt đồng một loại.

Như diễn viên tạm thay hình dạng,
Nhưng thật ra vốn chỉ một người.

Nếu khởi tâm giết hại chúng sinh,
Nên quán tưởng đó là chư Phật.

Những kẻ săn bắn, người đồ tể,
Hoặc người thường lưới bắt cá, chim,
Chúng sinh từ xa vừa trông thấy,
Đều tự nhiên run rẩy, sợ chết.

Vì những kẻ ấy, tâm ác độc,
Chỉ biết hám lợi, ưa ăn thịt.
Tay cầm dao sắc hoặc cung tên,
Chỉ muốn giết hại sinh mạng chúng.

Nên chúng sinh trốn kỹ, bay cao,
Hốt hoảng kinh hãi mà xa lánh.
Những kẻ ấy thường đối chúng sinh,
Khởi lên tâm niệm đại oán cừu.
Chúng sinh đều yêu tiếc thân mạng,
Dù người hay vật đều không khác.
Nếu muốn ăn nuốt thịt chúng sinh,
Trước tiên hãy thử cắt thịt mình.

Chết là nỗi khổ không gì hơn,
Có chúng sinh nào chẳng khiếp sợ?
Chỉ cần tự quán xét chính mình,
Vì sao lại ăn thịt muôn loài?

Vì lợi mà giết hại vật mạng,
Hoặc tham tiền lưới bắt chúng sinh,
Hai nghiệp ấy đều là giết hại,
Chết đọa vào địa ngục khóc la.

Hãy nghe đây: Những kẻ giết hại,
Bỏ thân này, địa ngục sẵn chờ,

Có thành sắt vây quanh giam hãm,
Vút cao hơn tám vạn do-tuần.

Chiều dài, rộng cũng đều như vậy,
Lại ngập tràn lửa dữ đốt thiêu,
Cả trong ngoài một màu đỏ rực,
Bốn cửa thành, chó dữ đứng canh.
Tiếng ngục tốt quát la như sấm,
Hai mắt như chớp điện chiếu soi,
Rượt đuổi kẻ mang tội giết hại,
Bắt đưa vào chịu khổ trăm bề.

Có lực sĩ tay cầm giáo sắt,
Với cán dài mười thước khiếp thay,
Mũi sắc nhọn bề ngang tám tấc,
Đâm thẳng vào giữa ngực tội nhân.

Vết đâm sâu xuyên ngực thấu lưng,
Khổ sở đớn đau không nói hết,
Kéo dài trong muôn ức ngàn năm,
Chịu khổ đau cùng cực như vậy.

Hãy nghe đây: Những kẻ ăn thịt,
Bỏ thân này, đọa ngục A-tỳ,
Nhà ngục sắt vừa cao vừa rộng,
Mỗi bề hơn tám vạn do-tuần.

Bốn cửa ra lửa dữ thiêu đốt,
Suốt hai bề nam bắc thông nhau,
Tường vây quanh, lưới sắt bủa giăng,
Cổ mang gông, chân thêm xiềng sắt,
Hết thảy đều bị lửa đốt thiêu,
Nóng cháy lên một màu đỏ rực,
Tội ăn thịt chịu khổ như vậy,
Trong trăm ngàn muôn ức năm dài.

Hãy nghe đây: Những người nấu thịt,
Đọa vào ngục có chảo nước sôi.
Chảo lớn ấy hai bề sâu rộng,
Đều tính ra hơn vạn do-tuần.

Ngày đêm luôn có lửa nung nấu,
Nước không ngừng sôi sục bên trong.
Tội nấu thịt, bị vào chảo ấy,
Chịu khổ này mười bảy ngàn năm!

Hãy nghe đây: Những người nướng thịt,
Chết đọa vào ngục có giường sắt.
Ngục ấy rộng hai bề ngang dọc,
Mỗi bề đều tám vạn do-tuần.

Dưới giường sắt có lửa nung nóng,
Tội nhân bị ép nằm lên giường.
Tim, gan, da thịt đều cháy bỏng,
Như vậy suốt mười hai ngàn năm.
Hãy nghe đây: Những người cắt thịt,
Chết đọa vào ngục bị băm vằm.
Trong ngục có năm trăm lực sĩ,
Luôn cầm dao sắc chặt, băm vằm.

Băm nát mãi thành muôn mảnh vụn,
Gió nghiệp thổi vào, sống lại như xưa,
Chết đi sống lại, mãi như vậy,
Kéo dài qua mười hai ngàn năm.

Hãy nghe đây: Những kẻ nuôi gà,
Vì tham cho thịt béo mỡ nhiều,
Nên mỗi ngày gà ăn trùng sống,
Mỗi con đều đến số năm trăm.

Tội lỗi ấy, người, gà cùng chịu,
Sau khi chết địa ngục sẵn chờ.
Trong ngục ấy chứa đầy phẩn nóng,
Mỗi chiều đo tám vạn do-tuần.
Người với gà cùng vào trong ngục,
Chịu giam cầm năm vạn ngàn năm.

Hãy nghe đây: Những người săn bắn,
Bủa lưới giăng, đặt bẫy muôn loài,
Đào hố, căng dây rình bắt vật,
Hoặc phóng lao, giết thú giết chim.
Hoặc bốn bề vây chặt, đuổi xô,
Dồn bức muôn loài vào cửa tử.
Chết phải đọa địa ngục trục sắt,
Mỗi trượng vuông có vạn mũi đinh.

Trục ấy lăn đè lên tội nhân,
Một vòng, mũi nhọn đâm khắp người,
Toàn thân như bị đinh xuyên thấu,
Đau đớn cùng cực không chịu nổi.
Trải qua đến trăm ngàn vạn năm,
Chịu khổ báo không ngừng như thế.

Những kẻ giết hại và ăn thịt,
Chịu khổ đau ở địa ngục xong,
Lại sinh làm ngạ quỷ, la-sát,
Hoặc sư tử, cọp beo, chó sói...
Hoặc cáo, chồn, mèo, cú, diều dâu...
Chỉ uống máu tươi, ăn thịt sống,
Thường bị người lùng bắt phanh thây,
Chẳng được sống tự do yên ổn.

Lửa đói khát suốt đời nung nấu.
Thấy muôn loài, chỉ muốn giết ăn,
Tâm xấu ác ngày càng thêm lớn,
Hạt giống đại từ dứt mất thương thay!

Ví như lại được sinh làm người,
Ắt phải chịu tàn tật, chết yểu.
Hoặc ngu si bài bác nhân quả,
Lại trở vào địa ngục ngay thôi!

Khi Thế Tôn thuyết dạy kinh này,
Vô số quỷ la-sát kinh sợ,
Cùng than khóc, thề không ăn thịt,
Nguyện đi theo bảo vệ người lành.

Những ai đã được nghe kinh này,
Vì cớ sao chẳng sửa lỗi xưa?
Như thế thật uổng sinh kiếp người,
Vì chẳng được như loài la-sát.[1]

Hãy thận trọng, không đốt rừng núi,[2]
Không phá bờ đê ngăn nước sông,
Không đốn cây có chim làm tổ,
Không đốt củi có nhiều mối, mọt...
Nếu thấy chúng sinh bị giết hại,
Phải khéo tìm phương cách cứu nguy.

Cung kính đảnh lễ mười phương Phật,
Bậc Đại Bi Trí Đức Thế Tôn.
Nay con muốn khuyên người thế tục,
Bỏ men say, cầu trí xuất trần.

---

[1] Nguyên tác dùng "食人鬼 - thực nhân quỷ" (quỷ ăn thịt người), chính là chỉ đến các quỷ la-sát vừa nói ở đoạn trên. Quỷ la-sát vốn tính hung ác, thích ăn thịt người, nhưng sau khi nghe đức Phật thuyết dạy những nội dung trên thì kinh sợ thề không ăn thịt nữa. Nếu con người được nghe kinh mà vẫn không bỏ việc ăn thịt thì không bằng những quỷ la-sát ấy.

[2] Vì khi cháy rừng thì có rất nhiều loài vật không thể thoát được, phải chết cháy.

Như trong kinh đức Phật có dạy,
Uống rượu vào sinh vạn lỗi lầm.
Trong tám vạn trần lao uế trược,
Ba mươi lăm đầu mối sai lầm,
Đều nảy sinh từ việc uống rượu.
Xin mọi người chú tâm xét kỹ,
Rượu say sưa tâm huyễn loạn sinh.
Sáu thức đều ám hôn mê muội.

Nghĩa cha con dứt đường tôn kính,
Đạo vua tôi đảo ngược kỷ cương,
Tình mẹ con, nếp nhà rối loạn.
Chẳng còn theo khuôn phép lễ nghi.

Như thuở xưa nước Xá-bà-đề,
Có người tên Ương-quật-ma-la,
Uống rượu say loạn dâm cùng mẹ,
Nhân đó rồi lại giết cả cha.
Khi bà mẹ thông dâm người khác,
Lại vung dao giết mẹ không tha.

Lại nhớ chuyện ông Sa-già-đà,[1]
Đại A-la-hán chứng thần thông.
Khi vân du ngang nước Chi-đề,
Làng Bạt-đà[2] *nhân duyên tìm đến.*
Nơi ấy có con rồng độc lớn,
Xưng tên là Am-bà-la-đề.[3]

---

[1] Nguyên văn câu chuyện này được ghi chép trong kinh Phật thuyết Ưu-bà-tắc ngũ giới tướng (佛說優婆塞五戒相經), được xếp vào Đại Chánh tạng, Tập 24, kinh số 1476. Câu chuyện bắt đầu từ dòng thứ 17, trang 943, tờ b. Kinh văn kể chuyện chi tiết hơn so với trong bài kệ này chỉ lược nói một số điểm chính. Vị A-la-hán này được đề cập đến trong kinh với tên gọi là Trưởng lão Sa-già-đà.

[2] Theo kinh văn thì thôn này tên là Bạt-đà-la-bà-đề (跋陀羅婆提).

[3] Theo kinh văn thì con rồng này tên là Am-bà-la-đề-đà (菴婆羅提陀).

Rồng hết sức bạo tàn, độc ác,
Hại bao người hiền thiện trong thôn.[1]

Vị La-hán hiện sức thần thông,
Rồng độc kia liền khuất phục ngay.
Dân làng hoan hỷ, muốn báo ơn,
Dâng tiệc chay, cháo sữa thơm ngon.

Có cô gái dâng cháo sữa rồi,
Lòng lo nghĩ sợ ngài rét lạnh,[2]
Liền dùng rượu có màu giống nước,
Tiếp dâng lên La-hán ấm lòng.

Vị La-hán ngỡ là nước sạch,
Liền uống vào, say đến ngả nghiêng.
Lảo đảo đến cổng chùa ngã gục,
Y bát đều vất bỏ ngổn ngang.

Cho hay lúc tỉnh hiện thần thông,
Hàng phục được cả rồng độc lớn,
Rượu say vào nằm như xác chết,
Chịu ểnh ương, cóc nhái khinh thường.

Đức Thế Tôn nhân sự việc này,
Truyền tụ tập chúng tăng đông đủ,
Ngay nơi Sa-già-đà say rượu,

---

[1] Theo kinh văn thì con rồng này hết sức hung dữ, phá hoại hết mùa màng trong thôn, lại xua đuổi hết các loài ngựa, dê, trâu, lừa... phải tránh xa nơi nó ở.

[2] Theo kinh văn thì có nhiều người dân phụng thỉnh Trưởng lão Sa-già-đà đến cúng dường. Cô gái này là một trong số đó, và ngài đã nhận lời đến nhà cô thọ trai. Vì lòng thành kính, cô đã tìm mua cho được món cháo sữa thơm ngon bổ dưỡng nhất. Sau đó lại suy nghĩ sợ rằng ngài ăn món cháo sữa này có thể sẽ phát lạnh. (女人思惟：是沙門噉是名酥乳 糜或當冷發 。-Nữ nhân tư duy: Thị sa-môn đạm thị danh tô nhũ mi, hoặc đương lãnh phát.)

Để khuyên răn, chế định giới điều.[1]
Người Phật tử vâng điều giới ấy,
Quyết không dùng chất có men say.[2]

Kinh Chánh Pháp Niệm[3] *có dạy rằng:*
Vua Diêm-la quở trách tội nhân,
Trước khi đưa vào ngục trị tội,
Đọc cho nghe bài kệ dưới đây:[4]

Rượu uống vào rối loạn trong tâm,
Khiến con người chẳng khác loài dê...
Mọi việc làm không còn tự biết,
Nên dứt bỏ, không được uống rượu.

Lại rượu vào, thân thể cứng đờ,
Nằm bất động, khác nào xác chết.
Những ai muốn giữ tâm tỉnh táo,
Phải dứt ngay, không được uống rượu.

Rượu là nơi tụ tập lỗi lầm,
Chẳng mang đến điều gì lợi ích.

---

[1] Theo kinh văn thì đức Phật đã nhân sự việc này chế định giới "không uống rượu". Sau khi giảng rõ các mối nguy hại, đức Phật đã dạy rằng: "從今日若言我是佛弟子者，不得飲酒，乃至小草頭一 滴，亦不得飲 。 - Tùng kim nhật, nhược ngôn ngã thị Phật đệ tử giả, bất đắc ẩm tửu, nãi chí tiểu thảo đầu nhất trích, diệc bất đắc ẩm." (Kể từ hôm nay, những ai nhận mình là đệ tử Phật đều không được uống rượu, thậm chí chỉ một giọt nhỏ như giọt sương đầu ngọn cỏ cũng không được uống.)

[2] Câu chuyện này cũng được kể lại trong Thập tụng luật (十誦律), quyển 17, thuộc Đại Chánh tạng, Tập 23, kinh số 1435. Chuyện được bắt đầu từ dòng thứ 29, trang 120, tờ b.

[3] Tức kinh Chánh pháp niệm xứ (正法念處經), tổng cộng 70 quyển, do ngài Cù-đàm Bát-nhã-lưu-chi dịch sang chữ Hán. Kinh này được xếp vào Đại Chánh tạng thuộc Tập 17, kinh số 721. Nội dung liên quan đến trích dẫn nằm trong quyển 8, bắt đầu từ dòng thứ 4, trang 44, tờ c.

[4] Bài kệ trong kinh văn có nội dung dài hơn, ở đây chỉ lược trích, bắt đầu trích từ dòng thứ 12, trang 44, tờ c.

Chỉ khiến ta đi vào đường ác,
Và những nơi hôn ám tối tăm.

Uống rượu vào, địa ngục sẵn chờ,
Hoặc có thể sinh làm quỷ đói,
Hoặc sinh vào súc sinh cầm thú,
Hết thảy đều do rượu dẫn dắt.

Phật có dạy, người đời nên biết:
Trong các độc, rượu là kịch độc,
Là địa ngục khổ hơn các ngục,
Là bệnh nặng nhất trong muôn bệnh.[1]

Người một khi đã uống rượu vào,[2]
Lúc mừng vui đều không duyên cớ,
Lại vô cớ nổi cơn sân hận,
Hoặc bỗng dưng việc ác làm càn.

Đối trước Phật sinh lòng nghi ngại,
Cả việc đời, việc đạo phá tan,
Lại như lửa đốt thiêu giải thoát,
Đều chỉ là do rượu mà thôi.

Những ai từ bỏ việc uống rượu,
Sẽ luôn theo nẻo chánh đường ngay,
Thẳng đến nơi tốt lành đệ nhất,
Chứng đắc ngay quả vị vô sinh.[3]

Đừng uống vào chất rượu vô minh,
Vì đó là nguyên nhân các khổ.
Hàng Thanh văn trụ bậc Minh thoát,[4]

---

[1] So với kinh văn thì đoạn trích tiếp theo đây có lược bỏ 17 câu kệ.

[2] So sánh kinh văn thì từ đây bắt đầu một đoạn trích mới, từ dòng đầu tiên của trang 45, tờ a, sách đã dẫn trên.

[3] So sánh kinh văn thì từ đây hết phần trích dẫn từ kinh Chánh pháp niệm xứ.

[4] Minh thoát (明脫): chỉ vị Thanh văn đã có sự tu chứng, theo ý nghĩa dứt trừ

Do rượu say trở lại phàm phu.

Nếu gặp lúc thân mang bệnh khổ,
Quán xét tìm gốc bệnh khởi sinh.
Từ si mê, chấp hữu, ái luyến,
Tích tạo nhân phải chịu quả bệnh.
Dẫu Kỳ-bà[1] dùng hết y thuật,
Cũng không làm thay đổi nghiệp kia.
Huống chi thuốc rượu của thế gian,
Sao có thể tiêu trừ bệnh khổ?

Rượu là nguồn gốc sự buông thả,
Không uống rượu, là đóng cửa ác.
Thà bỏ đi trăm ngàn thân mạng,
Còn hơn phá giới, uống rượu say.

Dù phải chịu thân này khô héo,
Quyết trọn đời không uống rượu vào.
Ví như kẻ hủy phạm giới này,
Mà được tăng thêm trăm tuổi thọ,
Cũng không bằng thà giữ trọn giới,
Chịu tức thời tan nát toàn thân.

Dù biết chắc uống rượu lành bệnh,
Người khôn ngoan vẫn chẳng uống vào.
Huống chi còn phân vân chưa biết,
Liệu uống vào khỏi bệnh hay không.

Phát khởi tâm quyết định giữ giới,
Liền thấy lòng hoan hỷ vô cùng.

---

ngu si nên gọi là minh (sáng suốt), dứt trừ tham ái nên gọi là thoát (không bị trói buộc).

[1] Kỳ-bà (耆婆): phiên âm từ Phạn ngữ là Jīvaka, tên của một vị danh y đệ tử Phật, là ngự y của vua Tần-bà-sa-la. Ông chính là người phụ trách việc chữa bệnh cho chư tăng vào thời đức Phật.

Do sáng suốt chứng đạt lẽ thật,
Bệnh khổ kia tức khắc tiêu trừ.

Hãy nghe đây: Những người nấu rượu,
Chết đọa vào địa ngục bã hèm,
Cùng địa ngục chứa đầy tro nóng,
Chịu đọa đày mười tám ngàn năm.

Hãy nghe đây: Người buôn bán rượu,
Chết đọa vào ngục có ao rượu,
Rượu đầy ao như nước đồng sôi,
Bị ném vào trong ao chịu khổ.

Hãy nghe đây: Những người uống rượu,
Chết đọa vào địa ngục rót nước,
Ngày đêm phải tự tay rót lấy,
Nước đồng sôi đổ vào miệng mình.

Hãy nghe đây: Những người chuốc rượu,
Thường mang rượu ép người phá giới,
Chết đọa vào ngục có ao băng,
Đủ tám ngàn vạn năm chịu khổ,
Da thịt bị xé ra tan nát,
Mỗi ngày đêm sống chết trăm lần.
Ra khỏi ngục, năm trăm đời sau,
Sinh ra đều chẳng có hai tay.

Hãy nghe đây: Nếu dùng sức mạnh,
Hoặc nhân lúc chơi đùa giễu cợt,
Mang rượu đến chỗ hàng tăng ni,
Rồi thúc ép, bắt buộc phải uống,
Chết đọa vào địa ngục chặt chân.
Phải chịu khổ sáu trăm vạn năm,
Thường có năm trăm đại lực sĩ,
Chặt đứt ngang hai gối tội nhân.

Thậm chí kẻ trao tay bình rượu,
Năm trăm đời chịu đọa không tay.
Thường mang thân kiến, rận nhỏ nhoi,
Hoặc sinh làm giòi bọ, ruồi nhặng,
Hoặc côn trùng mê muội ngu si,
Mỗi loại như vậy năm trăm đời.
Hãy nghe chuyện xưa Cát-đà-bà,
Mua rượu, vấp ngã, đổ xuống giếng.
Các vị La-hán uống nước giếng,
Tám vạn vị thánh đều bị say.

Kết thành tội quấy nhiễu bậc thánh,
Chết đọa vào địa ngục cưa giường.[1]
Như thế trong tám vạn đại kiếp,
Thường phải chịu nỗi khổ cưa xẻ.

Ra khỏi ngục được sinh làm người,
Thân hình ngắn chỉ vừa ba thước,[2]
Mặt mũi xấu xí màu xanh đen,
Lỗ tai, lỗ mũi đều bít kín,
Mắt mù, môi sứt dị dạng thay,
Tay chân lại không có các ngón.

Huống chi người cố tình phá giới,
Mang rượu ép buộc người khác uống?
Thường thấy người đời thật ngu muội,
Ép kẻ khác ăn thịt uống rượu,
Tự mình đã không giữ thanh tịnh,
Cũng không chút hổ thẹn trong lòng,
Lại mang những món ăn bất tịnh,

---

[1] Địa ngục cưa giường (cứ sàng ngục -鋸床獄): trong ngục này tội nhân bị đặt nằm trên giường, có cưa sắt cưa đứt ngang cả giường, khiến thân hình tội nhân cũng bị đứt lìa ra.

[2] Ba thước cổ, mỗi thước khoảng 0,33 mét, tức là thân hình chỉ cao khoảng 1 mét.

Cưỡng bức, ép buộc người phá giới.
Thà phạm tội giết hại mạng người,
Vẫn còn hơn ép người phá giới.
Người bị giết mất đi mạng sống,
Đã chắc đâu phải đọa ba đường?[1]
Nhưng phá giới không sinh trời, người,
Lại dứt mất con đường giải thoát.

Hãy nghe đây: Người dứt rượu thịt,
Được phước đức lợi lạc lớn lao.
Ví như có người dùng bảy báu,
Bố thí cùng sở hữu, vợ con,
Đem so với người bỏ rượu thịt,
Công đức ấy vạn lần thua kém.

Thậm chí người mang ra bố thí,
Bảy báu đầy thế giới đại thiên,
Đem so với người bỏ rượu thịt,
Cũng vẫn thua kém đến vạn lần.

Ví như có người muốn cầu phước,
Dùng vàng ròng đúc thành hình người,
Số lượng nhiều đến trăm ngàn vạn,
Đều mang ra bố thí khắp nơi.
Đem so với người bỏ rượu thịt,
Công đức ấy vạn lần thua kém.

Ví như có Phật tử tâm thành,
Làm ra nhiều lọng quý, cờ hoa,
Đầy khắp cõi đại thiên thế giới,
Rồi dâng lên cúng dường đức Phật.
Đem so với người bỏ rượu thịt,
Công đức ấy vạn lần thua kém.

---

[1] Tức ba đường ác: địa ngục, ngạ quỷ và súc sinh.

Rượu thịt mắc vào, tội rất nặng,
Trừ bỏ đi, phước báo sâu dày.
Thiện ác đôi bên, hình dung rõ,
Khổ vui hai cảnh, tùy việc làm.

Hãy mạnh mẽ, nhanh chóng quay đầu,
Sớm định việc tu tâm sửa lỗi.
Chớ đợi lúc vô thường chợt đến,
Như bình kia đầy nước tự chìm.

Hãy gắng lên, mọi người nỗ lực,
Hẹn ngày mai, vui cảnh Tây phương.[1]

Những bài kệ này được trích soạn từ Kinh điển, người đọc tụng phải thường gìn giữ cẩn thận. Nếu khởi tâm xem thường khinh rẻ kệ này, tức xem thường khinh rẻ các kinh điển Đại thừa, đắc tội không nhỏ.

---

[1] Câu này An Sĩ toàn thư chép là "同侍七寶林 - đồng thị thất bảo lâm", chữ thị (hầu hạ) ở đây không hợp nghĩa. Chúng tôi tham khảo bản văn gốc có lẽ đã được An Sĩ toàn thư sử dụng là Kim viên tập (金園集 - sách đã dẫn) thì thấy câu này được khắc là "同待七寶林 - đồng đãi thất bảo lâm". Có lẽ chữ đãi (待 - chờ đợi) đã bị khắc nhầm thành chữ thị (侍 - hầu hạ) vì tương tự như nhau. Chúng tôi dịch theo Kim viên tập. Thất bảo lâm hay thất bảo thụ lâm (七寶樹林) được dùng để chỉ cho khu rừng có cây bằng bảy báu ở cõi Tây phương Cực Lạc của đức Phật A-di-đà.

Luận về ý nghĩa bảo vệ sự sống[1]

Có người khách hỏi: Trong kinh[2] nói rằng: Người ăn dê, dê ăn người, đời đời kiếp kiếp ăn nuốt qua lại với nhau. Do nhân duyên ấy mà trải qua trăm ngàn kiếp vẫn ở mãi trong luân hồi sinh tử. Từ đó suy ra đối với những con vật khác nữa ắt cũng không khác. Như vậy thì con người ta sống trong đời này, chạm tay cũng đủ thành tội, thật đáng sợ thay. Liệu có thể tin được như thế chăng?

Tôi giải thích rằng: Lời dạy của bậc thánh luôn đúng thật, ý chỉ trong kinh điển không hề hư dối. Những thuyết luân hồi, chuyện [thiện ác] báo ứng, nếu chỉ dựa theo sự việc thì tợ hồ như không thật, nhưng suy tìm theo lý lẽ thì quả thật đúng như thế.

Nói về sức mạnh của con người, không gì hơn được sức mạnh của tâm ý. Tâm ý đã dẫn dắt thì hình thể không sao chống lại được. Cho nên, tâm đau buồn thì mặt mày nhăn nhó, tâm vui mừng thì diện mạo thư thái. Những tình cảm nhất thời mà còn có thể làm thay đổi diện mạo, thì sự tập trung toàn bộ tâm lực đương nhiên có thể làm thay đổi cả hình thể.

Mạnh tử nói: "Sự khác biệt giữa con người với cầm thú rất ít, nên kẻ tầm thường [dễ dàng] đánh mất, người quân tử thì luôn giữ được."

---

[1] Nguyên tác là Hộ sinh thiên (護生篇), được khắc chung với tên tác giả là cư sĩ Tăng Đại Kỳ (曾大奇), tên tự là Đoan Phủ (端甫). Ông sống vào đời Minh, không rõ năm sinh năm mất, chỉ biết là người huyện Thái Hòa (nay thuộc tỉnh Giang Tây). Bài văn này cũng được tìm thấy trong sách Cư sĩ truyện (居士傳), được xếp vào Tục tạng kinh, Tập 88, kinh số 1646, tổng cộng có 56 quyển. Phần nói về cư sĩ Tăng Đại Kỳ nằm ở đầu quyển 47, trang 272, tờ b, bắt đầu từ dòng thứ 7. Rất có thể bản khắc An Sĩ toàn thư đã lấy nguồn từ đây để khắc lại.

[2] Ở đây không dẫn chú, nhưng nội dung này được dẫn ý từ kinh Thủ Lăng Nghiêm.

Chỗ khác biệt rất ít đó, nếu đánh mất đi thì bản thể con người ắt cũng đồng như cầm thú. Nếu đã đồng như cầm thú, thì hình thể dáng vẻ ắt cũng hướng theo tinh thần mà thay đổi. Nếu sức mạnh hướng theo đó thật mãnh liệt thì sẽ làm thay đổi hình thể ngay trong đời này, nếu yếu ớt không thúc bách thì sẽ thay đổi sau khi chết [sinh vào đời khác]. Chậm hay nhanh có khác biệt nhau, nhưng xét đến cùng vẫn theo cùng một lý ấy.

Như Họa Sư hóa làm ngựa, Cận Thượng hóa mãng xà,[1] đó là sự thay đổi sau khi chết [sinh vào đời khác]. Phong Thiệu hóa cọp, Minh Sâm hóa rắn, đó là sự thay đổi ngay trong đời này.

Sự biến hình của Minh Sâm với Họa Sư là theo cùng một nguyên lý. Họa Sư do lúc đưa ngọn bút vẽ, dồn hết tinh thần vào hình thể ngựa quý,[2] còn Minh Sâm do khi lập thành luận thuyết, để cả tâm tưởng vào hình dạng uyển chuyển của rắn. Tinh thần đã hướng về nơi đâu ắt hình thể cũng tùy theo đó; tâm tưởng đã hình thành ắt tự ngã phải đổi thay, do đó mà hóa thành ngựa, thành rắn. Nhưng sự biến hóa nhanh chóng hay chậm chạp thọ hình ắt do nơi [sức mạnh của tâm ý] mãnh liệt hay yếu ớt.

Sự hóa hình của Phong Thiệu với Cận Thượng là cùng một lý. Phong Thiệu hung bạo, tính cách giống như loài cọp; Cận Thượng trong lòng độc ác oán hận, chỗ hướng tâm giống như loài mãng xà. Tính cách giống nhau ắt hình thể phù hợp như nhau, hướng tâm như nhau thì hình dáng phải giống nhau, do đó mà hóa hình giống cọp, giống mãng xà. Nhưng

---

[1] Nguyên tác chỉ khắc chữ "mãng" (蟒), theo đúng nghĩa phải hiểu là con trăn, nhưng trong đoạn văn sau khi lặp lại thì khắc là "độc mãng" (毒蟒), nên chúng tôi hiểu là đang đề cập đến mãng xà, loài rắn lớn có độc, vì con trăn không có độc. Hơn nữa, hình ảnh rắn độc mới phù hợp với ý nghĩa đang nói.

[2] Nguyên tác dùng chữ lục (騄), là tên một con ngựa quý, một trong 8 con ngựa được gọi là "bát tuấn" của Chu Mục Vương.

78

sự biến hóa nhanh chóng hay chậm chạp thọ hình lại cũng do nơi [sức mạnh của tâm ý] mãnh liệt hay yếu ớt.

Dựa theo đó mà nói thì những điều trong thuyết luân hồi là đúng thật, không có gì phải nghi ngờ. Đã không nghi ngờ thuyết luân hồi, thì việc chúng ta sinh ra đời này nối sang đời khác [thay hình đổi dạng] cũng không thể bác bỏ.

Vì sao vậy? Việc tốt đẹp hiền thiện khó giữ làm theo, đường xấu ác dễ quen chân bước. Vậy nên trong lòng chúng ta hiện nay những tâm niệm tham lam, sân hận, ác độc, tranh giành, ganh ghét, đố kỵ, ái luyến, kiêu mạn, vọng tưởng, cao ngạo, tham danh, tham lợi, ưa giết hại, tham dâm dục... chỉ cần gặp việc là hiển lộ ra ngay, nối nhau không dứt, liệu có ai không sẵn mang các tướng rắn, tướng mãng xà, cũng như hết thảy [những tâm niệm] đó đều là nhân để thành cọp, thành ngựa.

Cho nên, dù hiện nay có đủ tay chân, trên thân chín lỗ,[1] tạm thời được mang hình thể con người,[2] hết lòng thương con yêu vợ, niệm niệm quyến luyến thân thuộc. Nhưng chỉ cần một hơi thở dừng lại thì người với vật có gì khác biệt? Xét như thế nên giữ tâm điềm đạm là chỗ xem thường quyền cao chức trọng của Y công,[3] sống theo ý thích không gò bó là nếp nhà

---

[1] Chín lỗ (cửu khiếu): chỉ chín lỗ thông ra từ bên trong cơ thể, bao gồm hai lỗ tai, hai mắt, hai lỗ mũi, miệng và hai lỗ đại, tiểu tiện.

[2] Con người có tay chân (tứ chi) và chín lỗ (cửu khiếu), hình thể loài vật tuy khác biệt nhưng cũng có đủ tứ chi và cửu khiếu như vậy.

[3] Y công: tức danh xưng tôn kính đối với Y Doãn, một bậc hiền sĩ đời nhà Thương. Ông là vị công thần trải bốn triều vua, giúp vua Thang dựng nên cơ nghiệp nhà Thương, rồi cũng giúp 3 vị vua tiếp theo gìn giữ và phát triển cơ nghiệp đó, mang lại thái bình thịnh trị cho người dân. Ông đối với quyền cao chức trọng vẫn giữ tâm điềm đạm không hề tham muốn. Khi vua Thái Giáp không chăm lo việc nước, ông từng đày vua ra Đồng Cung ba năm để sửa sai, rồi tự mình nắm quyền cai trị đất nước. Sau ba năm, thấy vua đã có sự hối cải, ông liền đón vua về và trả lại quyền cai trị.

Chu Hợi.[1] Vắt cạn sức muôn nơi vì đãi khách, hao phí tiền bạc chỉ vào miếng ăn, bắt chước [sự thịnh vượng] đời Tần xe cộ nối nhau vận chuyển,[2] ngợi khen [sự giàu sang] nước Tấn [chất thịt cao] như núi,[3] tôi chỉ sợ đó là những điều bi thảm thương tâm mà thôi. Bước chân đi ắt tự có nơi đến, những lời khuyên của Chu Ngung[4] há chẳng đầy lòng thương xót đó sao?

Nói chung, [trong việc giết hại thì giết] người với [giết

---

[1] Chu Hợi: người nước Ngụy thời Chiến quốc, vốn có dũng lực nhưng sống ẩn cư không ra làm quan. Lúc còn trẻ ông từng ở Đại Lương (nay là Khai Phong thuộc Hà Nam) làm nghề đồ tể. Đời vua Ngụy là Yên Ly Vương năm thứ 19 (258 trước Công nguyên), Hầu Doanh tiến cử ông với Tín Lăng Quân, ông thản nhiên không đáp lễ. Ông sống thẳng thắn, xem thường lễ nghi tiểu tiết, nhưng trọng tình Tín Lăng Quân đối đãi chân thành với mình nên về sau ông đã giúp Tín Lăng Quân nhiều việc quan trọng, như giết Tấn Bỉ để giúp Tín Lăng Quân đoạt binh quyền rồi đẩy lui quân Tần, cứu nước Triệu, giữ yên nước Ngụy. Tuổi già ông về ẩn cư ở trấn Chu Tiên. Nhà thơ Lý Bạch trong bài Hiệp khách hành đã khen ngợi khí phách Chu Hợi.

[2] Nguyên tác là "Tần cung chi liên kỵ - 秦宮之連騎", lấy ý từ câu mô tả trong Chiến quốc sách: "Đương Tần chi long, hoàng kim vạn dật vi dụng, chuyển cốc liên kỵ, huyễn hoàng ư đạo. -當秦之隆，黃金萬鎰為用，轉轂連騎，炫煌於道." (Đang lúc nhà Tần thịnh vượng, vàng ròng dùng đến vạn dật, xe cộ vận chuyển nối nhau không dứt, rực rỡ khắp trên đường.)

[3] Nguyên tác là "Tấn quốc chi như để - 晉國之如坻", lấy ý từ một câu thơ mô tả cảnh được mùa sung túc của người dân: "有酒如淮肉如坻 - hữu tửu như hoài nhục như để" (Có rượu nhiều như nước sông Hoài, thịt chất cao như núi.) Ý nói thức ăn thức uống được dư dật thừa thãi.

[4] Chu Ngung: không rõ năm sinh năm mất, nhưng ông làm quan vào thời Lưu Tống Minh Đế và từng dùng cách tụng đọc những đoạn kinh điển nói về luật nhân quả cho vua nghe, khiến ông vua này bớt đi phần nào những hành vi tàn nhẫn. Chu Ngung văn chương lỗi lạc, ứng đối lưu loát, làm quan trải qua nhiều chức vụ, được trọng dụng nhưng không tham phú quý, sống ẩn cư thanh đạm. Vệ tướng quân Vương Kiệm có lần hỏi ông: "Ông sống trong núi, ăn những món gì?" Ông đáp: "Gạo đỏ, muối trắng, rau quỳ xanh, rau đắng tím." Chu Ngung uyên bác Lão học, Dịch học, hành trì sâu xa theo Phật giáo, có trước tác các sách Tam tông luận (三宗論), Tứ thanh thiết vận (四聲切韻)... lưu hành rất rộng. Ông thường hết lời khuyên bảo khuyến khích người khác ăn chay, làm lành lánh dữ.

con] vật cũng chẳng khác gì nhau. Nhưng sở dĩ người không ra tay giết người là có ba lý do. Một là không dám, hai là không nỡ, ba là theo thói quen tích tập lâu đời.

Dù là kẻ thường dân hay trang hiệp khách, ai ai cũng muốn công kích người bất đồng, muốn đâm chém kẻ cừu địch. Thế nhưng vẫn phải dừng tay không làm, kìm giữ tâm niệm xấu ác trong lòng mà không dám biểu lộ ra. Đó là vì đọc trong sách vở [phân biệt thiện ác] mà sợ sệt, thấy những hình phạt nghiêm khắc của pháp luật mà e dè, như thế gọi là không dám.

Kẻ làm vua một nước, tự nắm quyền sinh sát, oai thế có thể mặc sức hung bạo, quyền lực có thể làm theo ý thích, thế nhưng bắt một kẻ vào ngục rồi thì ngoái nhìn chẳng muốn bước đi, giết chết một người rồi thì trong lòng buồn thảm không yên ổn. Đó là vì xương thịt giống nhau, đồng một hình thể nên sinh lòng xót xa thương cảm, nghĩ đến việc [gây ra cảnh] vợ góa con côi, linh đinh cô độc thật đáng thương, như thế gọi là không nỡ.

Đã không dám, lại không nỡ, do đó mà việc giết người là rất hiếm có ở đời. Những việc như máu đổ nơi sông Vị, có thể cả đời chưa từng thấy, hành hình tại Hà Nam, cũng có thể sống hết tuổi đời chưa được nghe.

Việc trong nhà tập lâu thành nếp, chuyện ở đời làm mãi thành phong tục. Dù là kẻ [thẳng thắn] như Dược Tung,[1] cứng rắn xúc phạm cả Hán Minh đế,[2] hoặc [tham danh] như

---

[1] Dược Tung người đời Đông Hán. Ông làm quan trải nhiều chức vụ. Do tính tình cương trực thẳng thắn, ông từng có lần thẳng thừng cãi nhau với Hán Minh Đế.

[2] Nguyên tác dùng táo quân - 躁君 (ông vua nóng tính), chỉ Hán Minh Đế, là người nổi tiếng hà khắc, nóng nảy, từng thanh trừng hàng loạt những người bị nghi ngờ chống đối ông.

Cát Húc,[1] sai lầm chọc giận đến Võ Tắc Thiên,[2] nhưng khi giơ gậy đánh cũng chần chừ không quật xuống, vung dao lên cũng do dự chẳng đâm tới, tâm ý khiếp sợ khi ra tay giết hại, tay chân bủn rủn lúc đối diện cái chết, như thế gọi là thói quen tích tập lâu đời.

Nhờ có ba việc như thế cùng góp sức tác động mà mạng sống của con người khắp nơi được bảo vệ.

Nhưng đối với loài vật thì hoàn toàn khác. Kẻ làm nghề giết mổ [súc vật], dẫu những năm được mùa no đủ[3] cũng chẳng bị cấm đoán; ngư dân [đánh bắt cá tôm], dù trong đời Nghiêu Thuấn cũng không hề bị buộc phải thường bồi. Tâm giết hại mạnh mẽ hơn đối với loài mang hình thể khác, lòng thương yêu lại giấu kín đi khi khác biệt hình hài. Âm thanh [loài vật] phát ra duyên theo nghiệp ác cũ, nên lúc bị giết phơi thây còn chưa chết, tiếng kêu la như thảm thiết, như tắt dần mà người nghe không chút xót thương. Xương thịt đền trả nợ xưa, nên tuy chẳng phải sâm quý mà người ăn vào không thấy tanh hôi lại hết sức ngon ngọt.

Mạng sống con vật kia bị giết, do nhân nó đã tạo từ quá khứ nên khó thấy. Mối oán thù ta vừa kết thành [khi giết nó], quả báo đến trong tương lai thì ai biết được? Nhân quả đều dứt mất, dao thớt cùng bỏ đi, nhưng tai mắt lại vẫn không

---

[1] Cát Húc người Lạc Châu, Hà Nam (nay là Lạc Dương, Hà Nam), xuất thân tiến sĩ, làm quan đến chức Tể tướng đời Đường. Sau ông được Võ Tắc Thiên tin dùng, giữ nhiều chức vụ quan trọng. Niên hiệu Cửu Thị năm đầu tiên (700), ông vì tranh công với Võ Ý Tông mà xúc phạm đến Võ Tắc Thiên, bị giáng chức rồi không lâu sau thì chết.

[2] Nguyên tác dùng chí hậu - 鷙后 (bà hoàng hậu dữ tợn), chỉ Võ Tắc Thiên, nổi tiếng tàn độc và hung ác, từng tự tay giết chết cả con ruột của mình.

[3] Nguyên tác dùng "cao tô chi niên - 皋蘇之年". Cao tô là tên một loài cây, theo truyền thuyết thì đây là một loại thuốc quý, người ăn vào sẽ không còn biết đói, lại có khả năng giải trừ sự mệt nhọc. Vì thế, ở đây dùng "cao tô chi niên" với ý là những năm được mùa no đủ, người dân không biết đến sự đói thiếu.

ngừng nghe, không ngừng thấy những chuyện giết hại. Tự mình giết, sai bảo người khác giết, những việc như thế trong suốt một đời không lúc nào gián đoạn. Bậc xuất gia có được lòng từ [uống nước] lược trùng,[1] [đi lại] bảo vệ từng ngọn cỏ, vốn đã rất ít, người thế tục hiền thiện như Cao Sài,[2] Hạnh Linh[3] lại càng không có.

Nhưng lời dạy [phải biết thương yêu] tiết giảm tiêu dùng, tùy thời [sai khiến][4] của giới học Nho sau này, cho đến những lời trung thực chính nghĩa của đạo Nho xưa vẫn thường rót mãi vào tai, hun đúc tưới tẩm trong tâm. Vậy mà khi thấy hàng ngàn sinh mạng chết nơi đầu đũa, lại chưa từng động lòng đổi sắc, khi nhìn hàng trăm vật loại bị xua vào đầy bếp, vẫn không chút nghĩ suy. Nơi nơi đều buông thả mặc sức làm điều hung bạo, muôn loài phải oan uổng mạng vong. Kẻ mạnh hiếp yếu, bất ngờ tranh cướp đi mạng sống; kẻ yếu nghẹn ngào kêu không thành tiếng, đành chịu bỏ mình trong bụng muôn người.

---

[1] Vì trong nước ao hồ sông suối thường có nhiều trùng nhỏ li ti sinh sống, nên đức Phật có chế định vị tỳ-kheo phải luôn mang theo một túi vải lược nước, trước khi uống nước thì lược qua túi ấy để không uống phải trùng vào bụng.

[2] Cao Sài (高柴): tên tự Tử Cao (子羔), là một trong 72 đệ tử của đức Khổng tử, sinh vào khoảng năm 521 trước Công nguyên, không rõ năm mất. Niên hiệu Gia Tĩnh năm thứ 9 (1530), ông được triều đình tôn xưng là bậc Tiên hiền (先賢).

[3] Hạnh Linh (幸靈): người đời Tấn, không rõ năm sinh năm mất. Chuyện của ông được chép lại trong sách Tấn thư (晉書), phần Hạnh Linh truyện. Theo đó, ông là người Kiến Xương, Dự Chương (nay là huyện Vĩnh Tu thuộc tỉnh Giang Tây), từ nhỏ tính tình trầm mặc, hiền lành ít nói. Một lần, cha mẹ sai ông giữ ruộng lúa, trâu đến ăn lúa ông không đuổi. Cha ông giận rầy la, ông nói: "Trời đất sinh ra muôn vật, loài nào cũng muốn ăn để sống. Trâu cũng muốn ăn, vì sao lại đuổi?" Ông lớn lên vẫn giữ tính hiền hậu, có nhiều dị thuật, trị bệnh cứu người khắp nơi thành nổi tiếng.

[4] Câu này lấy ý từ lời dạy của Khổng tử trong sách Luận ngữ, thiên Học nhi, tiết thứ 5: "節用而愛人，使民以時。- Tiết dụng nhi ái dân, sử dân dĩ thời." (Tiêu dùng phải tiết kiệm mà thương yêu dân, sai khiến dân phải chọn lúc thích hợp.)

Nếu không nương dựa vào con người để kiếm miếng ăn thì trốn chạy vào rừng sâu núi thẳm, thà chấp nhận việc bị thú dữ cắn xé, mười phần chết cũng còn có được một vài phần sống sót. Nhưng buộc phải nương dựa vào con người để kiếm miếng ăn, ắt được nuôi dưỡng trong chuồng trong cũi, đợi khi người muốn ăn [thì mang ra giết] bất cứ lúc nào, vạn phần chết không có được lấy một phần sống sót. Than ôi, vào đời Đường có người từng nói rằng: "Sinh ra ơn trọng biết bao, giết đi tội lỗi lắm thay, cớ sao lại đẩy muôn loài đến chỗ khốn khổ cùng cực như vậy?"

Tuy nhiên, như trên đã nói, ắt phải có chuyện báo ứng đền trả nơi chốn u minh, chẳng khác gì pháp luật thế gian. Ngày đền trả càng trì hoãn về sau, hình phạt càng tăng thêm gấp vạn lần tàn khốc. Lẽ nào chỉ vì chút miếng ăn vào miệng mà phải cam chịu nỗi khổ đến như vậy? Nếu có thể không làm thế, ắt nên quý trọng lòng từ, chấm dứt việc giết hại, kiềm chế ham muốn, giữ trọn đức nhân ái, quán xét trong các loài không giống ta mà thấy được sự tương đồng hình dạng, suy tưởng bên ngoài chỗ khác biệt về hình thể mà thấy ra chỗ cùng một thể tánh. Quán xét niệm tưởng thật lâu ngày thì tâm lực từ bi tự nhiên thành tựu. Đến như quán tưởng [việc ăn thịt loài vật như ăn] thịt con mình cũng không cần nữa, huống chi lại có sự phân biệt giữa người với vật hay sao?

Nếu như bị tập khí lâu đời trong tâm sai sử, lại càng phải nỗ lực trừ bỏ. Xưa có tục xấu ác, sinh ra con gái thì không giữ lại. Dân Khương, Hồ thì đối với con trai cũng giết. Do thói tục lâu ngày khiến cho đến nỗi như thế, chẳng còn phân biệt được cốt nhục của chính mình. Nhưng thế thì đối với tâm không giết hại, nếu được huân tập lâu ngày cũng sẽ như vậy, dù là con vật còn không nỡ giết, huống chi con ruột của mình? Nếu để tâm quen theo việc giết hại, thì dù con ruột của mình còn giết được, huống chi đối với loài vật?

Cái tâm tích tập lâu đời theo thói quen như thế chính là căn bản của sự trói buộc vào nghiệp ác. Nếu muốn dứt trừ sự giết hại, trước hết phải quán chiếu vào tập khí, quán chiếu vào tự tâm, một khi thành tựu thì thói quen [giết hại] tích tập từ xưa tự nhiên dứt sạch.

Đến như sai lầm của giới học Nho sau này, ắt không biết đến việc quán tâm mà cố cầu đạo nhân ái, thật cũng dễ nhận biết. Mạnh tử nói: "Nhân từ với dân, thương yêu loài vật."[1] Trong câu nói đó đã thấy sự thương yêu phân ra có chỗ trì hoãn, có phần cấp thiết. Nếu người giết loài vật để ăn thịt mà vẫn nói đó là thương yêu, thì so với câu chuyện la-sát nữ trong kinh Phật đâu có gì khác biệt? La-sát nữ ấy bắt người ăn thịt, nói rằng: "Ta nghĩ đến các người, nên ăn thịt các người." Ôi, ăn thịt người mà nói rằng biết nghĩ đến người, so với [Mạnh tử] ăn thịt loài vật mà nói là thương yêu loài vật, như vậy thì có khác gì nhau?

Ý nghĩa trung chính, theo tâm chính trực mà làm,[2] nếu

---

[1] Câu này được trích từ sách Mạnh tử, chương Tận tâm thượng, tiết thứ 45. Nguyên văn toàn đoạn như sau: "孟子曰：君子之於物也，愛之而弗仁；於民也，仁之而弗親。親親而仁民，仁民而愛物。- Mạnh tử viết: Quân tử chi ư vật dã, ái chi nhi phất nhân. Ư dân dã, nhân chi nhi phất thân. Thân thân nhi nhân dân, nhân dân nhi ái vật." (Mạnh tử nói: Người quân tử đối với loài vật thì thương yêu mà không nhân từ, đối với dân thì nhân từ mà không thân thiết. Thân thiết với người thân, nhân từ với dân mà thương yêu loài vật.) Như vậy, theo đoạn văn này thì tình thương của Mạnh tử được chia thành ba mức độ với ba đối tượng. Ba đối tượng là người thân, người không thân (dân) và loài vật. Đối với người thân phải có tình thân, đối với người không thân (dân) phải có lòng nhân từ, và đối với loài vật thì thương yêu. Ông cũng quan niệm rằng người quân tử không thân với người không phải người thân, không nhân từ với loài vật, chỉ thương yêu thôi (?!?). Qua đây ta thấy được sự phân biệt thiếu nhất quán trong quan niệm của ông. Đoạn tiếp theo sẽ bác bỏ quan niệm này.

[2] Nguyên tác dùng "緣督以為經 – duyên đốc dĩ vi kinh", được trích ý từ một câu trong sách "Dưỡng sinh chủ" của Trang tử. Nguyên văn câu này là: "為善無近名，為惡無近刑，緣督以為經 - vi thiện vô cận danh, vi ác vô

[lìa bỏ ý nghĩa chân chánh, chỉ] chạy theo sự việc mà tìm cầu, ắt phải xa rời đánh mất đạo nghĩa. Như nói rằng ít giết hại là hợp đạo, điều ấy ghi chép trong kinh điển nào? Nói như thế thật chỉ đủ cho người hiểu biết cười chê. Tử Lộ gảy đàn, tâm giết hại biểu lộ ra tiếng đàn, liền bị Khổng tử quở trách, bạn đồng môn không còn kính trọng.[1] Từ xưa đến nay, lẽ nào lại có người chưa dứt hết tâm giết hại mà thành bậc thánh?

Nay tà thuyết hoành hành quá thịnh nơi đất Hoa Hạ này.[2] Đức Phật xưa thường dạy rằng: "Trong đời mạt pháp, đạo của ma hết sức mạnh mẽ thịnh hành." Do ma lực nên khiến người ta không thể nhận biết được tà thuyết hiện nay, đó cũng là điều có thể dễ dàng tự hiểu. Nhưng thiên hạ mênh mông muôn ngàn dặm, thời gian trải qua đã mấy ngàn năm, trong đó người thông minh trí tuệ liễu đạt cũng dễ tương đồng như kẻ mê mờ không giác ngộ. Lời Phật đã dạy, tin chắc không dối gạt.

Xưa, Đào Hoành Cảnh ẩn cư[3] tu tập cầu được thành tiên, trải qua đã nhiều năm mà chẳng thấy dấu vết chim loan

---

cận hình, duyên đốc dĩ vi kinh" (Làm điều thiện không phạm vào sự tham danh, làm điều ác không phạm vào hình luật, [nên giống như người luyện khí công] luôn noi theo mạch đốc mà vận khí.) Hàm ý phải có sự chọn lọc điều chân chánh thích hợp mà làm, không quá chạy theo những quy định hay thói tục.

[1] Đoạn này lấy ý từ sách Luận ngữ, chương Tiên tiến, tiết thứ 14, nguyên văn là: "子曰：由之瑟，奚為於丘之門？門人不敬子路。- Tử viết: "Do chi sắt, hề vi ư Khâu chi môn?" Môn nhân bất kính Tử Lộ." (Khổng tử nói: Tiếng đàn của trò Do sao lại ở cửa nhà Khâu này? Môn nhân [vì thế] không kính trọng Tử Lộ.) Do là tên của Tử Lộ, Khâu là tiếng Khổng tử tự xưng. Trong đoạn này, Khổng tử chỉ có ý nói tiếng đàn của Tử Lộ không thích hợp nơi nhà ông. Hậu Nho luận giải cho rằng tính tình Tử Lộ cương cường, cứng rắn, nên trong tiếng đàn có hàm ý sát phạt.

[2] Hoa Hạ là tên gọi ngày xưa thường được người Trung Hoa dùng để tự xưng.

[3] Có sách ghi tên ông này là Đào Hoằng Cảnh. Ông tên tự là Thông Minh, sống đồng thời và từng là bạn của Lương Võ Đế, bỏ quan tước về ẩn cư ở động Hoa Dương, núi Cú Khúc.

chim hạc,[1] trong lòng hết sức ngờ vực. Ngày nọ, có người học trò của ông vốn đã thành tựu tiên đạo, từ trên trời hiện xuống bảo ông: "Thượng đế thấy sách 'Bản thảo' của thầy soạn giải có nhiều phương thuốc sử dụng côn trùng, giết hại sinh mạng rất nhiều, nên sự tu tập của thầy tuy đã trọn vẹn nhưng do điều này phải bị trách phạt." Họ Đào hiểu ra điều đó, lập tức [biên soạn lại sách], thay dùng các vị thuốc bằng cây cỏ.

Giới học Nho sau này khi chú giải sách xưa, thật không may chẳng được chư thiên nhắc nhở, nên cuối cùng khiến cho người đời đều tin theo thuyết của họ [mà xem thường mạng sống loài vật], khiến muôn vật đành chịu bỏ mạng, kêu với trời chẳng được trời nghe, muốn chui xuống đất cũng không tìm được kẽ hở. Người đời ít kẻ noi theo Mạnh tử, nào ai động lòng thương những con vật mồ côi. Khắp nơi chẳng tìm được vua nước Giới Thị,[2] biết ai giải được mối hận những con vật bị người giết tế?[3] Mẹ trơ mắt nhìn con bỏ mạng, con đau lòng nhìn mẹ tử vong. Hoặc con nhìn roi quất da mẹ liền xuống cây chịu bắt, hoặc mẹ biết mình sắp chết liền vắt sữa cho con lúc tàn hơi.[4] Hoặc lúc lâm nguy cố giữ lấy con trong bụng,[5]

---

[1] Người tu tiên đạo khi thành tựu thì cỡi được chim loan, chim hạc, nên lấy đó làm biểu tượng của sự chứng đạo.

[2] Giới Thị: tên một quốc gia thời cổ trong truyền thuyết, ở đó người dân nghe hiểu được tiếng nói của các loài thú.

[3] Nguyên tác dùng "tam sinh - 三牲" chỉ ba con vật bị mang ra giết để cúng tế theo cổ lệ, đó là trâu, dê và lợn.

[4] Lấy ý từ câu chuyện có người thợ săn dùng tên bắn trúng con vượn mẹ, nó biết mình không sống nổi liền cố vắt sữa tưới lên cây để con được liếm lấy rồi mới chết. Thợ săn giết vượn mẹ rồi liền lột da, mang đến chỗ cây ấy dùng roi quất vào bộ da, vượn con thấy thế không nỡ bỏ chạy, lập tức xuống khỏi cây chịu cho người bắt.

[5] Chu Dự thường ăn thịt lươn. Một lần nấu lươn trong nồi thấy con lươn khi chết vẫn cố cong mình đưa phần bụng lên khỏi mặt nước. Ông lấy làm lạ mổ ra xem thì hóa ra trong bụng nó có lươn con. Ông hết sức cảm động, từ đó về sau ăn chay, bỏ hẳn không ăn thịt cá.

hoặc hình hài chết rồi vẫn hướng theo con. Mắt nhìn thấy những cảnh ấy càng thêm thê thảm, nói ra càng động mối thương tâm.

Lại còn những khi hàng công tử vây rừng đuổi thú, bậc tướng quân săn bắn lúc thanh nhàn, muôn loại thịt phải chịu lên dao thớt, trăm loài thú lâm vào cảnh lạc bầy. Kìa chim mái cất tiếng kêu đêm, bi thương như ôm mối sầu hoàng hộc,[1] nọ chim trống sáng sáng hót giọng buồn thương, như viết bài ca ôm hận Thương Lăng,[2] nhớ ngày nào ríu ra ríu rít, giờ đây cô độc lẻ loi. Nên biết những tình cảm yêu thương quấn quít, đâu chỉ riêng con người mới có, mà muôn loài hữu tình, dù trùng kiến nhỏ nhoi cũng đều như thế. Cho đến ngũ thường cũng đâu riêng ở con người, mà sinh linh muôn loài đều là vậy.

Suy xét đến chỗ [tương đồng] như thế thì tập khí [giết hại] đã huân tập muôn đời trong tâm thức ắt có thể nhất thời nguội lạnh tiêu tan. Tập khí đã tiêu tan, thì sự nhẫn tâm hay liều lĩnh [dám làm việc giết hại] cũng không còn nữa. Ba đường cùng rộng lớn, người với vật [đều xem] như nhau.

Lại lấy Đại thừa làm tâm nguyện, gấp rút mong sao cho mọi người đều [thấu đạt lý không giết hại] giống như mình, một người khuyên bảo trăm người, trăm người khuyên bảo

---

[1] Mối sầu hoàng hộc (hoàng hộc chi ai): lấy ý từ câu chuyện trong Liệt nữ truyện, có câu ca rằng: "悲黃鵠之早寡兮七年不雙 - bi hoàng hộc chi tảo quả hề thất niên bất song." (Buồn thương chim hoàng hộc sớm mất chồng, ôi bảy năm chẳng được sánh đôi.) Người đời sau nhân đó dùng hình ảnh chim hoàng hộc để chỉ người con gái thủ tiết thờ chồng, đêm đêm phòng không gối chiếc.

[2] Hận Thương Lăng (Thương Lăng chi hận): lấy ý từ câu chuyện Mục tử ở Thương Lăng cưới vợ đã 5 năm vẫn chưa có con, cha mẹ ép bỏ vợ cưới vợ khác. Người vợ nghe được chuyện ấy giữa đêm thức dậy buồn khóc, Mục tử liền cầm đàn sáng tác ngay bài ca nói lên nỗi hận không được chung sống với người mình yêu thương.

ngàn người, nối tiếp mà khuyên bảo nhau, truyền rộng đến vô số, giáo thuyết đại từ đại bi liền rõ ràng sáng tỏ khắp thế gian, dù đời sau có kẻ bác bỏ, cho là hão huyền, cũng không thể làm cho suy yếu; có người công kích lẽ chân thật, cũng không thể làm cho bế tắc; tuy vẫn có sự suy giảm vì truyền nối qua nhiều đời, nhưng nhờ noi theo cội gốc, nối theo người xưa nên muôn loài vật được thoát nạn giết hại cũng sẽ nhiều không tính hết.

Than ôi, những con vật kia đã chịu quả báo nhất định phải bị giết, thì người giết chúng cũng có cái nhân xấu ác nhất định phải tạo ra. Những lời của tôi tuy chẳng được ngọt ngào êm dịu, nhưng cũng đáng để mọi người hồi tâm suy xét lại.

Học thuyết của giới học Nho sau này cũng không nói những điều khác với Khổng Mạnh, nên biết rằng họ cũng xem thuyết của Khổng Mạnh là đúng thật. Nhưng Phật dạy như thế này, Khổng Mạnh lại nói như thế kia, một bên trong như nước sông Vị, một bên đục như nước sông Kinh, so sánh với nhau thì tự nhiên phân biệt được. [Nếu như] vua Nghiêu vua Vũ cùng ra đời,[1] lòng người ắt phải nghiêng về theo vua Nghiêu; [ví bằng] Khổng tử với đức Phật cùng xuất thế, làm sao có thể không quy y Phật?

Đó chính là lý do đức Phật được tôn xưng là Pháp vương trong Ba cõi, là đấng cha lành của chúng sinh trong khắp cõi thế giới đại thiên, là mẹ hiền của tất cả những người mẹ hiền.

Xưa Mặc tử lập thuyết kiêm ái, có người chỉ trích, Mặc tử liền nói: "Ví như ở đây có người theo thuyết kiêm ái, phụng dưỡng cha mẹ người khác như cha mẹ mình, thương yêu bảo bọc vợ con người khác như vợ con mình, lại có người không theo thuyết kiêm ái nên làm ngược lại. Xin hỏi, nếu ông có việc đi xa phải gửi gắm vợ con mình, ông sẽ chọn gửi gắm cho

---

[1] Vua Nghiêu là bậc thánh vương, cai trị thiên hạ thái bình. Vua Vũ hay Vũ vương là người dựng nghiệp nhà Chu, dùng vũ lực diệt vua Trụ nhà Thương mà lên ngôi.

ai?" Người kia đáp: "Tôi gửi gắm cho người theo thuyết kiêm ái." Mặc tử cười nói: "Ông vừa chọn gửi gắm vợ con cho người theo thuyết kiêm ái, lại nói là không theo thuyết ấy, như vậy là thế nào?"

Nay những người nói rằng giết hại loài vật là theo lẽ trung chính, mà cấm hẳn không giết hại là quá đáng, thật may mắn thay là họ được sinh ra làm người [nên mới nói thế]. Ví như họ phải sinh làm những loài mang lông đội sừng, ắt phải bỏ mạng treo thân trong nhà bếp, hoặc hồn phách tiêu tan vì cung nỏ.

Phục Hy trước đã ra tay đánh cá, Khổng tử về sau mới noi dấu bắn chim. Thành Thang tuy có lòng nhân nhưng vẫn từng đan lưới bắt chim thú, Tử Dư dù [nói là] thành thật thương yêu, liệu có từng nghe tiếng [kêu của con vật bị giết]?[1]

Vào những lúc ấy, nếu có bậc Đại giác Thế Tôn rủ lòng lân mẫn, hốt nhiên xuất hiện giữa đời, ắt người người đều hoan hỷ, mừng mừng tủi tủi mà cung kính đảnh lễ nương theo, khác nào như chim bồ câu đang ôm lòng kinh sợ, được bóng mát che chở liền an ổn,[2] hoặc như dê kia sắp chết, dưới lưỡi dao cầu xin người cứu mạng. [Những lý lẽ rõ ràng như thế,] cần chi phải mất thời gian níu kéo theo luận thuyết sai lầm của người đi trước mà so sánh giữa Phật với Khổng xem ai hơn ai kém!

---

[1] Tử Dư (子輿 - 372-289 trước Công nguyên): tức Mạnh tử, tên tự là Tử Dư. Ông cổ súy cho đức nhân ái, cũng là người đưa ra câu "quân tử viễn bào trù" (người quân tử tránh xa chỗ bếp núc), cho rằng như thế là có lòng nhân ái, vì khi nhìn thấy hoặc nghe tiếng con vật kêu thì không nỡ ăn thịt nó. Quan điểm này bị tác giả cho là mơ hồ, vì liệu cả đời có thể nào chưa từng nghe tiếng những con vật bị giết kêu la chăng? Cho nên, chỉ tránh đi để không nghe tiếng kêu, mà không kiên quyết chấm dứt sự giết hại ăn thịt muôn loài thì không thể gọi là nhân.

[2] Có lần chim bồ câu bị diều hâu rượt bắt kinh sợ bay đến chỗ đức Phật, nép vào dưới cái bóng của ngài liền lập tức hết run sợ.

Đại sư Ấn Quang dạy về phóng sinh[1]

Việc giữ giới không giết hại, thực hành phóng sinh, [hình thức bên ngoài] thì cạn cợt dễ thấy, nhưng chân lý ý nghĩa thâm sâu thì không dễ thấu hiểu rõ ràng. Nếu không thấu hiểu rõ ràng ý nghĩa, thì ví như có thực hành được theo hình thức bên ngoài, trong tâm chắc chắn cũng không thể có được sự chí thành khởi lòng thương xót vật loại. Lợi lạc phúc đức từ việc phóng sinh cũng sẽ do tâm lượng hẹp hòi như thế mà trở thành nhỏ nhoi cạn cợt. Ví như gặp người kém hiểu biết ngăn cản chê bai, liền có thể vì thế mà thối thất, đánh mất tâm nguyện. Do đó mà đã có rất nhiều người để mất tâm lành, buông xuôi theo kẻ xấu.

Tôi vì thế nên không ngại [bị chê bai là] lắm lời, [soạn văn này] giải bày rõ ràng ý nghĩa [của việc phóng sinh], muốn cho muôn loài vật đều được tắm gội ân đức từ bi, người người đều được vun bồi phước báu, lấy tâm thành khẩn mà đạt đến đức nhân ái sâu xa, dứt trừ nghiệp giết hại cho cả bản thân mình và muôn vật, thảy đều được sống lâu an ổn, vui hưởng tuổi trời. Lại mong có thể đem chút công đức này hồi hướng về Tây phương Cực Lạc, ắt sẽ được vĩnh viễn thoát khỏi luân hồi, vượt ra ngoài ba cõi, được làm đệ tử đức Phật A-di-đà, được làm bạn lành khắp trong thánh chúng. Mong rằng người đọc văn này sẽ có sự lưu tâm chú ý, nỗ lực thực hành.

---

[1] Nguyên tác ghi là "釋聖量南潯極樂寺重修放生池疏 – Thích Thánh Lượng Nam Tầm Cực Lạc tự trùng tu phóng sinh trì sớ" (Bài sớ tu sửa lại ao phóng sinh chùa Cực Lạc ở Nam Tầm của Thích Thánh Lượng). Thích Thánh Lượng chính là pháp hiệu của Đại sư Ấn Quang. Chúng tôi dựa theo nội dung để đặt lại tiêu đề, vì Đại sư soạn bài văn này để dạy về ý nghĩa phóng sinh và kêu gọi mọi người góp sức tu sửa ao phóng sinh của chùa Cực Lạc ở Nam Tầm, thuộc Hồ Châu, Chiết Giang.

Xưa nay, mỗi một niệm chân tâm tự tính của các loài chúng sinh trên cạn dưới nước, nếu đem so với chư Phật ba đời[1] đều không khác biệt, chỉ do nghiệp lực xấu ác tích tụ nhiều đời, che chướng đi sự sáng suốt nhiệm mầu, khiến cho không thể hiển lộ rõ ràng nên phải chịu lưu chuyển trong kiếp cầm thú, lại khiến cho tri thức trở nên kém cỏi hẹp hòi, ngoài việc kiếm miếng ăn, chạy tránh cái chết thì không còn biết thêm gì khác.

Ví như có một tấm gương báu bằng đồng rất lớn, trải qua nhiều kiếp bụi bặm phủ dày, chẳng những không còn chiếu sáng, mà cho đến cái hình thể bằng đồng của nó cũng không lộ ra được, thật chẳng khác gì một món đồ bỏ đi.

Bỗng gặp một người khôn ngoan trí tuệ, biết được đây là tấm gương báu có khả năng chiếu sáng khắp trong trời đất, liền ngày ngày ra công lau chùi bụi bặm. Ban đầu ắt có thể làm lộ ra phần nào hình thể của gương, sau đó dần dần có thể khiến cho bắt đầu phát sáng. Đến khi đã lau sạch được hoàn toàn bụi bặm, ắt có thể chiếu sáng khắp trong trời đất, mà hình thể của gương cũng hiển lộ trọn vẹn. Những kẻ ngu si không có trí tuệ, đến lúc ấy mới biết quý trọng tấm gương, xem đó là vật quý báu nhất.

Nên biết rằng, sự chiếu sáng vốn là khả năng sẵn có của gương, không phải do lau chùi mà có. Nhưng tuy sẵn có khả năng ấy, nếu không gặp duyên được lau chùi bụi bặm thì dù trải qua muôn kiếp tiếp nối nhau cũng không thể có ngày tỏa sáng.

Hết thảy loài người, chư thiên cho đến tất cả chúng sinh trong sáu đường luân hồi[2] cũng đều giống như vậy. Do nghiệp đã tạo từ vô thủy đến nay che chướng, không thể nào phát

---

[1] Chư Phật ba đời: chư Phật trong quá khứ, hiện tại và tương lai.

[2] Sáu đường luân hồi: bao gồm tất cả chúng sinh thuộc các cảnh giới: cõi người, cõi trời, a-tu-la, địa ngục, ngạ quỷ và súc sinh.

khởi hiển lộ sự sáng suốt nhiệm mầu vốn luôn sẵn có, [do đó mà] mê lầm đi ngược lại với bản tính chân thật của mình, tiếp tục tạo nghiệp phải lưu chuyển mãi trong sinh tử.

Đấng Đại Giác Thế Tôn rõ biết mỗi một niệm chân tâm tự tính của hết thảy chúng sinh so với chư Phật đều không khác biệt, do đó mới khéo léo dùng đủ mọi phương tiện, tùy theo căn cơ mà thuyết giảng Chánh pháp, khiến cho tất cả đều biết tu tập theo con đường Giới, Định, Tuệ, nhờ đó có thể dứt trừ nghiệp chướng mê lầm mà tìm lại được bản tâm vốn có, thành tựu trọn đủ phước đức trí tuệ, chứng đắc Pháp thân.

Ngài cũng dạy người đời phát khởi tâm từ bi, giữ giới không giết hại, thực hành phóng sinh, tin chắc việc bản thân mình cùng với hết thảy chúng sinh lưu chuyển trong luân hồi từ vô thủy đến nay, đã từng thay đổi sinh dưỡng và giết hại lẫn nhau, cho nên mỗi một chúng sinh kia đều đã từng là cha mẹ, anh chị em, con cái của ta, mà bản thân ta cũng từng là cha mẹ, anh chị em, con cái của những chúng sinh khác.

Những chúng sinh ấy, do nghiệp lực xấu ác nên thường sinh ra làm người hoặc làm súc sinh, luôn bị ta giết hại. Bản thân ta cũng do nghiệp lực xấu ác nên thường sinh ra làm người hoặc làm súc sinh, luôn bị những chúng sinh khác giết hại. Trải qua nhiều đời nhiều kiếp, cùng thay đổi mà sinh dưỡng, giết hại lẫn nhau như thế, không có lúc dừng.

Những việc như thế, người phàm si mê không biết, nhưng đức Như Lai nhìn thấy rõ ràng. Không suy xét đến thì thôi, nếu suy xét đến những điều như thế, ắt không sao kiềm được sự hổ thẹn [về những lỗi lầm xưa] cũng như khởi tâm thương xót biết bao cho hết thảy muôn loài.

Chúng ta may mắn có phước lành từ đời trước, nay mới được sinh làm người, nên giải trừ cừu hận, tháo gỡ oán kết, giữ giới không giết hại, thực hành phóng sinh, khiến cho hết thảy muôn loài có sinh mạng đều được quay lại sống an ổn trong môi trường của chúng, lại vì chúng mà niệm Phật, hồi hướng cầu sinh Tịnh độ, giúp chúng được độ thoát. Ví như những chúng sinh ấy do nghiệp xấu ác nặng nề nên khó được vãng sinh, chúng ta nên hồi hướng công đức của việc làm hiền thiện này cho chúng, thì nhất định khi lâm chung chúng cũng sẽ được vãng sinh về Tây phương Tịnh độ. Đã được vãng sinh rồi, ắt vượt khỏi phàm tình, nhập hàng thánh giả, thoát khỏi sinh tử, mãi mãi ra khỏi luân hồi, dần dần chứng được quả Phật.

Hơn nữa, thương yêu muôn vật, cứu thoát mọi sinh mạng là điều mà các bậc hiền thánh thuở xưa vẫn thường làm. Cho nên, kinh Thư[1] có đoạn văn dạy rằng "chim, thú, cá, rùa... muôn loại, đều nên giữ cho được sống yên vui". Văn vương từng ban ân trạch đến cả xương khô,[2] huống chi đối với những loài vật có tri giác? Đến như Giản Tử cứu chim cưu,[3]

---

[1] Kinh Thư, còn gọi là sách Thượng thư. Nội dung trích dẫn này nằm trong thiên Y huấn.

[2] Theo sách Thông sử, Văn vương có lần tuần thú vùng đồng nội, thấy một bộ xương khô, lệnh tùy tùng chôn cất, người ấy nói: "Đó là xương vô chủ." Văn vương nói: "Người trong thiên hạ thì thiên hạ là chủ, người trong nước thì đất nước này là chủ, nay ta chính là chủ của bộ xương ấy." Nói rồi sai dùng quan tài khâm liệm, chôn cất tử tế. Chuyện này truyền khắp thiên hạ, người người đều nói: "Ân trạch của Văn vương thấm nhuần đến cả bộ xương khô, huống chi là người sống."

[3] Giản Tử, tức Triệu Giản tử (趙簡子), tên thật là Triệu Ưởng (趙鞅) không rõ năm sinh, mất vào năm 475 trước Công nguyên, là tông chủ thứ 8 của họ Triệu, một trong sáu họ lớn (Lục khanh) của nước Tấn, sau này khai sinh ra nước Triệu thời Chiến quốc. Vào thời ông, người nước Tấn vào dịp tết Nguyên đán thường có tục bắt rất nhiều chim cưu làm thịt uống rượu. Ông thấy vậy thương xót, bỏ tiền mua hết chim cưu trong ngày ấy thả cho tự do. Có người thấy vậy nói với ông: "Ông chỉ cứu chim cưu mỗi một ngày trong năm, như vậy chưa phải thực sự nhân từ." Ông thừa nhận người ấy nói đúng, liền ban hành lệnh cấm người trong nước không được bắt chim cưu, đồng thời còn ban thưởng cho những ai biết làm việc phóng sinh cứu vật.

Tử Sản nuôi cá,[1] Tùy hầu giúp rắn,[2] Dương Bảo cứu chim hoàng tước,[3] đều cho thấy tâm địa các bậc thánh hiền nhân từ chẳng khác gì nhau, cho dù họ không hề biết đến những ý nghĩa như: muôn loài sinh linh đều sẵn có tánh Phật, lưu chuyển lên xuống trong sáu cõi luân hồi, thay đổi làm kẻ oán người thân của nhau, cho đến việc tất cả chúng sinh trong tương lai đều nhất định rồi sẽ thành Phật. Phải đợi khi Phật pháp được truyền về phương Đông, thì những giáo lý về nhân quả ba đời, cũng như "chân tâm tự tính của hết thảy chúng sinh cùng với chư Phật đều bình đẳng không sai khác" mới được tỏa sáng khắp nơi.

Xưa nay những bậc đại thánh đại hiền, không ai là không từ bỏ sự giết hại, thực hành phóng sinh, xem đó như phương cách để xoay chuyển, ngăn cản khuynh hướng giết hại của người đời, nhằm vun bồi quả phúc, làm nền tảng cho việc chấm dứt nạn đao binh, để người người cùng được vui hưởng tuổi trời.

Người xưa có nói:

Muốn biết vì sao thế gian,
Triền miên binh lửa, ngút ngàn nạn tai,
Hãy nghe vang vọng đêm dài,
Tiếng kêu thảm thiết vạn loài sinh linh.

Lại cũng dạy rằng:

Muốn cho thiên hạ thái bình,
Phải ngưng ăn thịt chúng sinh các loài.

Cho nên có thể biết rằng, việc giữ giới không giết hại và thực hành phóng sinh chính là phương thức cứu đời tốt nhất,

---

[1] Xem chuyện Tử Sản thả cá vào ao nuôi ở trang 46.

[2] Xem chuyện Tùy hầu giúp rắn ở trang 57.

[3] Xem chuyện Dương Bảo cứu chim hoàng tước ở trang 64.

nhổ tận gốc rễ, lấp tận cội nguồn của mọi khổ đau trong đời sống.

Vì thế, Đại sư Trí Giả[1] vào đời Trần[2] từng mua đất đai ở những nơi rừng núi, sông hồ, khe suối... có đến hơn sáu mươi nơi, rộng hơn bốn trăm dặm, đều dùng để kiến lập các ao phóng sinh, lại thỉnh vua ban sắc chỉ, lập bia đá khắc vào dựng ở mỗi nơi, nghiêm cấm hẳn việc bắt cá tôm, những kẻ lén lút bắt trộm đều lập tức gặp họa. Cho đến khoảng niên hiệu Trinh Quán đời Đường,[3] những nơi ấy vẫn còn nguyên vẹn.

Niên hiệu Càn Nguyên năm thứ hai[4] đời Đường Túc Tông, vua ban chiếu lệnh cho các châu trong thiên hạ mỗi nơi đều phải lập ao phóng sinh, lại ra lệnh cho Nhan Chân Khanh[5] soạn văn bia rồi dùng chu sa làm mực đỏ viết lên bia đá, trong đó có đoạn: "Vua ta cho lập ao phóng sinh khắp thiên hạ, khiến [muôn loài] trong bờ cõi đều được hưởng nhờ ơn phước, nương sức gia trì của đà-la-ni, làm khô kiệt dòng sinh tử trong biển phiền não. So ra từ trước đến nay thật chưa từng có ai làm được điều tương tự như vậy."

---

[1] Đại sư Trí Giả họ Trần, tên tự Đức An, hiệu Trí Khải. Ngài sinh năm 538, viên tịch vào năm 597. Do ngài tu hành ở núi Thiên Thai, sáng lập tông Thiên Thai nên thường được tôn xưng là Thiên Thai Trí Giả Đại sư.

[2] Đời Trần: kéo dài trong khoảng năm 557 đến năm 589, thuộc triều đại thuộc Nam Bắc triều của Trung Hoa.

[3] Niên hiệu Trinh Quán đời Đường kéo dài trong khoảng từ năm 627 đến năm 649.

[4] Tức là năm 759. Có nơi khác chép rằng việc này xảy ra vào niên hiệu Càn Nguyên năm thứ ba, tức năm 760.

[5] Nhan Chân Khanh (顏真卿): Nhan Chân Khanh sinh năm 709, mất năm 785, quê ở Lâm Nghi, thuộc tỉnh Sơn Đông, từng được phong tước Lỗ quận công nên còn có tên gọi là Nhan Lỗ Công. Ông là cháu 7 đời của học giả Nhan Sư Cổ đời Bắc Tề, và là cháu 5 đời của Nhan Chi Thôi, tác giả sách Nhan thị gia huấn. Ông đỗ tiến sĩ vào niên hiệu Khai Nguyên đời Đường Huyền Tông, làm quan trải qua 4 triều vua, lên đến các chức vụ như Thị lang bộ Hộ, Thượng thư bộ Hình, Ngự sử Đại phu... Ông cũng là một nhà thư pháp rất nổi tiếng.

Vào năm đầu niên hiệu Thiên Hi[1] đời Tống Chân Tông, vua cũng ban chiếu yêu cầu lập ao phóng sinh trong khắp thiên hạ, như Tây Hồ ở Hàng Châu cũng chính là một ao phóng sinh được lập ra vào lúc ấy.

Đời Minh, Đại sư Liên Trì lập ao phóng sinh ở hai nơi là Thượng Phương và Trường Thọ. Ngài cũng soạn bài văn "Giới sát phóng sinh" lưu truyền khắp trong thiên hạ. Từ đó đến nay đã hơn ba trăm năm, hàng xuất gia cũng như người thế tục, kính ngưỡng vâng theo phong cách đạo hạnh cao vời của ngài mà phát tâm từ bi cứu sống sinh mạng muôn loài, quả thật số nhiều không thể kể xiết.

Có người hỏi: "Những người cô độc, những kẻ khốn cùng nghèo đói, ở đâu cũng có, sao không lo chu cấp cứu giúp cho họ, mà chỉ chuyên tâm gấp rút lo cho những loài vật chẳng liên quan gì đến ta, như vậy chẳng phải là đã đảo ngược lấy nhẹ làm nặng, bỏ việc gấp mà làm việc hoãn đó sao?"

Đáp rằng: "Nói như vậy là vì chưa rõ biết được nguyên nhân vì sao đức Như Lai dạy người phải giữ giới không giết hại, thực hành phóng sinh. Người với muôn vật tuy [hình dạng] khác nhau, nhưng tánh Phật vốn đồng như nhau. Những chúng sinh kia do tạo nghiệp xấu ác nên nay phải luân chuyển trong loài cầm thú, chúng ta nhờ có nghiệp lành đã tạo nên may mắn được sinh làm người, nếu không biết khởi lòng lân mẫn xót thương muôn vật, lại buông thả theo thế tục mà ăn nuốt xương thịt chúng sinh, thì một mai khi phước lành đã hết, nghiệp ác của những chúng sinh [bị ta ăn thịt] cũng hết, ắt khó lòng tránh khỏi phải đối mặt đền trả, chịu giết hại và bị ăn nuốt lại.

"Nên biết, nạn binh đao tai kiếp vốn đều do nghiệp giết hại [của chúng sinh] chiêu cảm mà có. Nếu không có nghiệp giết hại, cho dù tự thân có gặp phải bọn giặc cướp, ắt chúng

---

[1] Tức là năm 1017.

cũng khởi tâm lành mà không giết hại ta. Hơn nữa, những nạn khổ như ôn dịch, lũ lụt, lửa cháy hoặc những tai nạn bất ngờ đều rất ít xảy ra với những người giữ giới không giết hại, thực hành phóng sinh. Cho nên biết rằng, việc bảo vệ sự sống của chúng sinh vốn cũng là bảo vệ chính mình. Người giữ giới không giết hại thì bản thân không bị chư thiên giết hại, không bị quỷ thần giết hại, không bị giặc cướp giết hại, cũng không bị giết hại bởi sự báo oán qua lại trong tương lai.

"Những người cô độc, những kẻ khốn cùng, nghèo đói, tất nhiên cũng nên tùy sức mình mà chu cấp, giúp đỡ, có lẽ nào những người giữ giới không giết hại, thực hành phóng sinh thì lại không làm những việc tạo công đức như thế hay sao? Nhưng cho dù những người cô độc đơn chiếc thật hết sức đáng thương, họ cũng chưa đến nỗi bị dồn vào chỗ chết. Còn những con vật kia nếu không có người bỏ tiền cứu gấp, ắt phải lập tức chịu lên dao thớt, bị nấu nướng đưa vào bụng người."

Lại hỏi rằng: "Số lượng vật loại không thể tính đếm, liệu khả năng chúng ta cứu được bao nhiêu?"

Đáp: "Nên biết rằng, việc phóng sinh đó là để làm phát khởi nơi những người đồng cảm với ta cái thiện tâm tối thắng, biết bảo vệ sinh mạng muôn loài, mong cho mọi người nhận hiểu được ý nghĩa sâu xa của việc phóng sinh mà ta đang thực hiện, thì trong lòng họ mới khởi sinh sự thương xót trắc ẩn, không nỡ ăn thịt muôn loài nữa. Người ăn thịt đã thôi không ăn, người đánh bắt vật mạng ắt cũng phải tự nhiên chấm dứt. Mong rằng khi ấy thì muôn loài dưới nước trên cạn, cho đến giữa không trung, hết thảy đều được yên ổn tự do bơi lội bay nhảy trong môi trường của chúng. Như vậy thì không cần làm việc phóng sinh nữa, mà đã là phóng sinh ở khắp mọi nơi, chẳng phải cả thiên hạ này đều trở thành một ao phóng sinh lớn rồi sao?

"Nhưng ví như không thể làm cho tất cả mọi người đều được như vậy, thì chỉ cần một người không nỡ ăn thịt, cũng đã có vô số con vật trên cạn dưới nước được thoát chết, huống chi nào phải chỉ có một người? Hơn nữa, khuyến khích phóng sinh chính là vì hết thảy những người quanh ta trong hiện tại cũng như tương lai mà dứt trừ nhân xấu dẫn đến sự cô độc, khốn cùng, nghèo khó, hoạn nạn, lại tạo duyên lành để được sống lâu không bệnh tật, được giàu sang phú quý, được sống an vui, cha con, chồng vợ sum họp dài lâu cho đến tuổi già. Đó mới chính là sự chuẩn bị chu cấp cứu giúp lâu dài, khiến cho mọi người trong tương lai đời đời kiếp kiếp sẽ vĩnh viễn không bao giờ gặp phải những nỗi khổ cô độc, khốn cùng, nghèo đói... lại được thọ hưởng dài lâu những niềm vui của sự sống thọ, giàu sang... Đó chẳng phải là giúp cho trong khắp bờ cõi đều được hưởng nhờ ơn phước đó sao? Việc [tốt đẹp lớn lao] như thế, há có thể xem thường mà bác bỏ được sao?

"Hãy suy xét cho kỹ, việc giữ giới không giết hại, thực hành phóng sinh, xét cho cùng chính là chuyên tâm gấp rút lo cho muôn người, đâu chỉ là chuyên tâm gấp rút lo cho loài vật, sao lại cho rằng đó là đảo ngược lấy nhẹ làm nặng, bỏ việc gấp mà làm việc hoãn?"

*

Bên ngoài chùa Cực Lạc trước đây vốn đã có ao phóng sinh, nhưng do bốn phía bờ vách chưa được xây nên đất thường sụp lở, lại đã quá lâu không được nạo vét nên đáy hồ bùn đất lấp đầy [không dùng được nữa. Vì thế nên] mỗi khi có người hiền thiện muốn thực hành phóng sinh đều phải mang ra sông, tuy phát tâm lành nhưng thật khó mang lại lợi ích cho sinh mạng muôn loài. Thường thì buổi sáng thả ra, buổi chiều đã bị người khác bắt lại đến hơn một nửa. Nếu như được ở gần sông lớn, tất nhiên rất nên mang ra sông thả, nhưng với những đoạn sông nhỏ thì thật không thích hợp, [vì rất dễ bị người khác bắt lại].

Đại sư Viên Lâm thấy sự tình như vậy thì trong lòng bất nhẫn, nên mới nghĩ đến việc nạo vét lại đáy hồ này cho sâu, chung quanh đắp đất lên thành tường bảo vệ, để có nơi thuận tiện cho việc phóng sinh, mà những kẻ xấu muốn vào bắt trộm cũng không thể được. Ý định như thế thật hết sức tốt đẹp sâu xa, nhưng vẫn còn chưa khởi công thực hiện được. Nhân khi có Đại sư Giác Tam từ núi Phổ Đà đến, Ngài vừa gặp qua một lần đã thấy đạo tình tương thông khế hợp, liền mang hết công việc trong chùa giao phó lại, còn tự bản thân mình thì buông xả mọi sự, chuyên tâm tu tập tịnh nghiệp.

Đại sư Giác Tam từ khi tiếp nhận mọi việc trong chùa, lập tức muốn nhanh chóng tiến hành ngay công trình tu sửa ao phóng sinh. Nhưng công việc ấy quá lớn lao, nên sức một người thật khó thành tựu, thầy liền nghĩ đến việc kêu gọi thiện nam tín nữ trong vùng, cùng góp sức làm việc tốt đẹp này. Vì thế mới nhờ tôi viết cho đôi lời.

Tôi vẫn thường đau lòng nghĩ đến thời cuộc gần đây thật quá nhiều chuyện giết chóc thảm thương, tuy muốn cứu vãn nhưng thật bất lực. Nay nhân sự thỉnh cầu của thầy, thật xúc động đến nỗi lòng lo nghĩ của tôi, liền đem những ý nghĩa như con người với loài vật vốn đều sẵn có chân tâm bản tánh, đều tùy theo nghiệp lực mà lưu chuyển thăng trầm, cùng với những quả báo thiện ác khác nhau giữa việc giết hại và bảo vệ sinh mạng muôn loài, lược nói ra trong bài văn này.

Mong sao các vị thiện nam tín nữ cùng phát niệm lành, cùng quyên góp tài vật công sức, khiến cho công việc này được nhanh chóng thành tựu, để những con vật được phóng sinh có chỗ yên ổn sống. Những lợi ích, công đức của việc làm ấy thật vô lượng vô biên, đâu chỉ là trong một đời này được tiêu trừ tai họa, hưởng mọi phước lành, mà trong tương lai còn sẽ được báo đền ân đức, thật không biết đến bao nhiêu ngàn muôn ức kiếp mà kể.

*

MỤC LỤC

Trong kinh Pháp Cú, đức Phật dạy rằng: "Pháp thí thắng mọi thí." Thực hành Pháp thí là chia sẻ, truyền rộng lời Phật dạy đến với mọi người. Mỗi người Phật tử đều có thể tùy theo khả năng để thực hành Pháp thí bằng những cách thức như sau:

1. Cố gắng học hiểu và thực hành những lời Phật dạy. Tự mình học hiểu càng sâu rộng thì việc chia sẻ, bố thí Pháp càng có hiệu quả lớn lao hơn. Nên nhớ rằng **việc đọc sách còn quan trọng hơn cả việc mua sách.**

2. Phải trân quý kinh điển, sách vở in ấn lời Phật dạy. Khi có điều kiện thì mua, thỉnh về nhà để tự mình và người trong gia đình đều có điều kiện học hỏi làm theo. Không nên giữ làm của riêng mà phải sẵn lòng chia sẻ, truyền rộng, khuyến khích nhiều người khác cùng đọc và học theo. Không nên để kinh sách nằm yên đóng bụi trên kệ sách, vì **kinh sách không có người đọc thì không thể mang lại lợi ích.**

3. Tùy theo khả năng mà đóng góp tài vật, công sức để hỗ trợ cho những người làm công việc biên soạn, dịch thuật, in ấn, lưu hành kinh sách, **để ngày càng có thêm nhiều kinh sách quý được in ấn, lưu hành.**

Thông thường, việc chi tiêu một số tiền nhỏ không thể mang lại lợi ích lớn, nhưng nếu sử dụng vào việc giúp lưu hành kinh sách thì lợi ích sẽ lớn lao không thể suy lường. Đó là vì đã giúp cho nhiều người có thể hiểu và làm theo lời Phật dạy. Mong sao quý Phật tử khắp nơi đều lưu tâm đóng góp sức mình vào những việc như trên.

TINH YẾU THỰC HÀNH PHÁP THÍ

- *Mua thỉnh kinh sách về đọc, tự mình sẽ được rất nhiều lợi ích.*

- *Chia sẻ, truyền rộng bằng cách cho mượn, biếu tặng kinh sách đến nhiều người thì lợi ích ấy càng tăng thêm gấp nhiều lần.*

- *Đóng góp công sức, tài vật để hỗ trợ công việc biên soạn, dịch thuật, giảng giải, in ấn, lưu hành kinh sách thì công đức lớn lao không thể suy lường, vì có vô số người sẽ được lợi ích từ việc lưu hành kinh sách.*